CHO LÀ NHẬN

CHO LÀ NHẬN
NGUYÊN MINH

NGUYÊN MINH

TỦ SÁCH RỘNG MỞ TÂM HỒN

CHO
Là
NHẬN

UNITED BUDDHIST PUBLISHER
NHÀ XUẤT BẢN LIÊN PHẬT HỘI

Thay lời tựa

Thân phận con người

Chúng ta không ai có quyền chọn lựa cho mình một số phận. Ta sinh ra trong một gia đình nhất định, rơi vào những hoàn cảnh nhất định... Và những điều đó trở thành tiền đề quan trọng trong việc góp phần tạo dựng nên số phận của mỗi chúng ta. Mặc dù có rất nhiều người đã chứng tỏ được khả năng đảo ngược nghịch cảnh, nhưng ảnh hưởng tất yếu của những hoàn cảnh ban đầu vẫn là điều không thể phủ nhận.

Dù không ai mong muốn, nhưng trong thực tế vẫn luôn có những con người sinh ra với sự bất hạnh dường như đang chờ sẵn để đeo bám họ. Có những người sinh ra với đôi mắt mù lòa, suốt đời không nhìn thấy ánh mặt trời... Có những người sinh ra đã què quặt, không đủ chân tay như bao người khác... Lại có những người sinh ra cùng với những chứng bệnh kinh niên, để rồi suốt đời rất hiếm khi có được một đôi ngày khỏe mạnh... Trong hầu hết các trường hợp này, sự bất hạnh của những con người ấy dường như không hề do bất kỳ lỗi lầm nào của họ. Chúng ta quy trách những nỗi bất hạnh "tự nhiên" đó như là "số phận" của mỗi người.

Thật ra, mỗi chúng ta đều có một "số phận" riêng, không ai giống ai. Từ hoàn cảnh xã hội, gia đình, nền tảng văn hóa, giáo dục cho đến những điều kiện giao tiếp trong cộng đồng và rất nhiều yếu tố khác nữa, tất cả đều góp phần hình thành cái gọi là “số phận” riêng của mỗi chúng ta. Có những số phận tươi thắm như hoa hồng, cũng có những số phận ảm đạm và đen tối như đêm ba mươi, nhưng nói chung thì mỗi chúng ta đều không có khả năng chọn lựa. Chúng ta nhận lấy số phận của riêng mình như một món quà đã được đóng gói và gửi đến cho chính ta. Điều duy nhất ta có thể làm chỉ là mở ra xem và nghĩ cách sử dụng nó sao cho tốt nhất, thế thôi.

Hầu hết chúng ta không mấy ai hài lòng với những gì mà số phận mang đến. Chúng ta luôn nỗ lực để cải thiện, để vươn lên tốt hơn. Đó là một khuynh hướng rất đáng trân trọng, vì nó tạo thành động lực của đời sống và giúp cho cuộc đời ta trở nên có ý nghĩa hơn. Khi số phận đặt ta vào những vị trí thua kém người khác, ta thường không chấp nhận điều đó và tìm mọi cách để thay đổi. Tất nhiên, sự thay đổi đó có thực hiện được hay không còn tùy thuộc vào năng lực và ý chí của mỗi chúng ta cũng như hoàn cảnh quanh ta, nhưng bất kể là kết quả có như thế nào đi chăng nữa, tự thân những nỗ lực thay đổi đó vẫn luôn mang lại cho ta niềm tin vào cuộc sống.

Bất ổn thường gặp của đa số chúng ta là khi so sánh với người khác, ta thường không thấy mình may mắn hơn, mà luôn nhìn thấy nổi bật lên những sự “không may” của mình. Khi ta sinh ra trong một gia đình giàu có, ta so sánh với người khác và thấy mình thiếu thốn tình cảm... Khi ta có được tình cảm tốt đẹp từ mọi người thân trong gia đình, ta thấy mình bất hạnh vì không có sức khỏe tốt... Và khi có được một sức khỏe thật tốt, ta cũng không mấy khi biết trân trọng sự may mắn này, mà chỉ luôn cảm thấy phiền lòng vì những sự thua kém khác... Khuynh hướng “ta thán” này thường khiến ta đánh mất đi rất nhiều niềm vui sống, bởi ta luôn bận tâm suy nghĩ về những "thua kém" của mình và do đó thường chìm ngập trong tâm trạng "bất toại nguyện". Điều này sẽ ngăn cản không cho ta cảm nhận được niềm vui hay những giá trị sống đang thực sự hiện hữu quanh ta.

Ngược lại, sự chấp nhận hoàn toàn những gì được "số phận" trao cho cũng không phải là một khuynh hướng tốt. Vì điều này thường đẩy ta vào sự an phận, thiếu đi những nỗ lực vươn lên hoàn thiện chính mình.

Chúng ta cần phải biết trân quý những gì mình có được, cho dù đó là sức khỏe tốt, sự khôn ngoan hay một thân thể không khuyết tật... Rất nhiều người khác không có được những điều đó. Tuy nhiên, ta cũng cần biết rằng, mỗi chúng ta đều sẵn có tiềm năng vươn lên hoàn thiện chính mình, làm thay đổi cuộc sống theo hướng tốt đẹp hơn, không chỉ cho riêng bản thân ta mà còn cho tất cả những người khác quanh ta. Khuynh hướng thụ động và an phận sẽ luôn làm cho cuộc sống của ta trở nên nghèo nàn đơn điệu và khiến ta mất đi động lực vươn lên trong cuộc sống.

Việc thay đổi nhận thức về "số phận" của chính mình để có một khuynh hướng sống thích hợp sẽ mang lại cho chúng ta vô vàn những cơ hội tốt hơn trong cuộc sống. Và khi cơ hội đến ta cũng sẽ luôn có được khả năng để tận dụng tốt hơn. "Số phận" có thể là những tiền đề không thể thay đổi, nhưng lại không hề có khả năng quyết định kết quả của chính nó. Mỗi chúng ta đều sẵn có khả năng để làm nên sự thay đổi, và thay đổi như thế nào thì trước hết vẫn là dựa vào những nỗ lực của chính ta.

Thật ra, cái gọi là "số phận" mà tôi thường đặt trong ngoặc kép đó, không hẳn đã là số phận trong ý nghĩa là những điều tiền định. Bởi sẽ vô cùng bất công nếu mỗi chúng ta đều phải gánh chịu biết bao điều "tiền định" mà không hề biết được nguyên nhân. Cuộc sống không thể là một trò đùa vô lý đến như thế! Thân phận con người không thể chỉ là những chi tiết trong một cỗ máy khổng lồ mà sự vận hành đã được thiết lập từ trước... Con người không thể chỉ sinh ra và chết đi theo một kịch bản được soạn trước mà mọi vai diễn trong đó cuối cùng đều sẽ đi vào quên lãng.

Tuy nhiên, đó là một vấn đề cần phải bàn đến với những phân tích chi tiết hơn, còn dựa vào những gì mà tất cả chúng ta đều quan sát thấy trong cuộc sống thì dường như quan niệm về "số phận tiền định" vẫn luôn là một quan niệm rất dễ được nhiều người chấp nhận.[1]

Và cũng trong cái "số phận tiền định" đó, có những điều rất riêng tư cho mỗi con người, nhưng đồng thời cũng có cả những điểm rất chung mà đã sinh ra làm người thì không ai thoát khỏi. Là con người, chúng ta chia sẻ cùng nhau ngôi vị "độc tôn" và "thông minh nhất" trong muôn loài động vật trên hành tinh này. Chúng ta chia sẻ thành quả - và có lẽ chính ta cũng dự phần vào - việc xây dựng trên bề mặt của hành tinh này những công trình nhân tạo vĩ đại: những tòa nhà chọc trời, những thành phố cư dân đông đúc, những kiến trúc đồ sộ đứng vững qua bao thế kỷ, những con sông đào làm thay đổi dòng chảy của nước, hay những đập nước mênh mông tạo nguồn thủy điện dồi dào; nhưng đồng thời cũng có cả những sa mạc khô cháy vì rừng rậm bị tàn phá, những dòng sông lũ xiết tràn bờ vì thượng nguồn không còn rừng che chắn, những loài động vật dần dần tuyệt chủng vì không còn môi trường thích hợp để sinh sống, hoặc đơn giản chỉ là vì đã bị tàn sát quá nhiều để cung ứng cho túi tham không đáy của con người... Song song theo đó, lượng khí thải từ xe cộ, các nhà máy - tất cả đều do con người sáng tạo - đang làm ô nhiễm ngày càng nghiêm trọng hơn bầu không khí duy nhất và hữu hạn đang bao bọc quanh ta, nguồn nước sạch đang

[1] Xem chi tiết về vấn đề này trong chương Gieo nhân gặt quả, sách Chắp tay lạy người (trang 57 - 99) - Nguyên Minh, NXB Tổng hợp TP HCM, 2012.

cạn dần và trở nên khan hiếm ở nhiều nơi, và các hóa chất do con người tạo ra đã và đang tiếp tục làm thủng tầng ozon giữ vai trò bảo vệ trái đất khỏi những tác hại của tia cực tím...

Bằng trí thông minh của mình, con người quả thật đã và đang từng ngày làm thay đổi cuộc sống, thay đổi môi trường sống trên cả hành tinh này. Tuy nhiên, liệu những thành quả đó có thực sự làm cho thân phận con người được thay đổi tốt hơn chăng?

Để trả lời câu hỏi đó, chúng ta không có cách nào khác hơn là phải nhìn thẳng vào cái "số phận chung" của mọi con người. Tất nhiên, chúng ta luôn mong muốn cho cái "số phận" ấy được thay đổi theo hướng tốt hơn, nhưng sự thật vẫn luôn là vấn đề của sự nhìn nhận đúng thật chứ không phải là theo như mong muốn.

Từ bao thế kỷ đã qua, lịch sử đã cho thấy, dẫu có những con người hiếm hoi nào đó tìm được hạnh phúc mãn nguyện cho cuộc đời mình trong một chừng mực nhất định, thì bức tranh chung của nhân loại vẫn bàng bạc một màu bất toại nguyện. Vào bất kỳ thời điểm nào trong lịch sử nhân loại như đã được ghi chép, ở bất cứ châu lục nào, chúng ta cũng luôn thấy rằng đa số cư dân là những người nghèo khổ. Việc san bằng khoảng cách giàu nghèo dường như luôn là mục tiêu lý tưởng của mọi xã hội, mọi chính phủ cầm quyền, nhưng cho đến nay thì điều đó vẫn chỉ là mong muốn mà chưa bao giờ có khả năng trở thành hiện thực. Không có những thống kê thật chính xác, nhưng dựa vào những số liệu tương đối có được, ta thấy số người rất giàu có thường chỉ chiếm một tỷ lệ thấp (khoảng từ 3% - 5% dân số) nhưng lại nắm giữ một số lượng tài sản kếch sù, có khi lên đến khoảng 90% của toàn xã hội. Thực tế này tồn tại xuyên suốt lịch sử nhân loại, từ Đông sang Tây, và cho dù đã có rất nhiều nỗ lực cụ thể để thay đổi điều đó nhưng kết quả lại chưa bao giờ được như ý muốn của những người thực hiện.

Sự nghèo khó luôn đeo đuổi con người qua mọi thời đại. Cho dù bản thân ta may mắn có được một cuộc sống tương đối đầy đủ đi chăng nữa, thì những mảnh đời nghèo khổ cơ cực dường như vẫn luôn hiện hữu đâu đó không xa lắm. Chỉ cần nhìn vào cuộc sống quanh ta với đôi mắt biết cảm thông và chia sẻ, ta sẽ luôn dễ dàng bắt gặp rất nhiều những nỗi khó nhọc và bất hạnh.

Tuy là điểm nổi bật trong toàn cảnh đời sống nhìn chung của nhân loại, nhưng sự nghèo khó vẫn chưa phải là tất cả trong bức tranh về thân phận con người. Bệnh tật, thiên tai, hoạn nạn... luôn là những yếu tố sẵn sàng quật ngã bất kỳ con người nào, cho dù là đang trên đỉnh cao của quyền lực hay danh vọng. Sự mong manh và bất ổn của kiếp người dường như có thể được cảm nhận ở bất cứ nơi đâu và bất cứ lúc nào. Nếu xét đến những điểm này thì cái gọi là hạnh phúc bền lâu của đời người dường như thật khó có thể hình dung được, bởi những khổ đau và bất hạnh vẫn luôn chực chờ ập xuống với bất kỳ ai trong chúng ta mà không có một ngoại lệ nào.

Bạn có thể tự thấy mình may mắn khi có được một cuộc sống sung túc, gia đình êm ấm, công việc thuận lợi... Thế nhưng, dù là may mắn đến như thế, bạn cũng không tránh khỏi nỗi đau khi những người thân nào đó của bạn lần lượt ra đi vĩnh viễn... Bạn cũng không thể tránh khỏi những lần ốm đau bệnh tật thỉnh thoảng đến với chính bạn hay với những người thân quanh bạn... Và hơn thế nữa, bạn cũng không bao giờ có thể chỉ nhìn thấy quanh mình toàn những cuộc đời cũng cực kỳ may mắn giống như mình. Không bao giờ! Ngược lại, khi bản thân mình càng may mắn, bạn càng có khuynh hướng dễ dàng nhận ra vô vàn những mảnh đời bất hạnh luôn hiện hữu quanh mình, chỉ trừ khi bạn có một trái tim khép kín. Và trong một chừng mực nào đó, bạn không thể hoàn toàn vô cảm với những khổ đau của người khác. Vì thế, bạn cũng không thể tận hưởng hạnh phúc khi quanh mình vẫn còn đầy dẫy những khổ đau.

Nói một cách ngắn gọn, bằng vào những gì chúng ta quan sát thấy thì khổ đau - của bản thân ta và người khác - luôn luôn là yếu tố không bao giờ vắng mặt trong cuộc sống.

Mặt khác, từ khi sinh ra đời, mỗi chúng ta đều như đã được định sẵn một chu kỳ sống. Chu kỳ đó có thể dài ngắn khác nhau ở mỗi người, nhưng điều tất yếu là nó sẽ chấm dứt. Đời sống của ta sẽ kéo dài bao lâu, mỗi chúng ta đều không biết được, nhưng điều ta có thể biết chắc chắn là sẽ có lúc chấm dứt. Như một bản năng tự nhiên, mỗi chúng ta đều khát khao được sống, nhưng kết cục tất yếu là cái chết lại như một nhát roi đau buốt luôn quật thẳng vào ta, không đường tránh né. Vậy thì, trong cái chu kỳ tất yếu sẽ chấm dứt đó, liệu đời sống của mỗi chúng ta có ý nghĩa gì chăng? Trong suốt quá trình hiện hữu của mình, mỗi chúng ta đều phải trải qua biết bao đau buồn, bệnh tật, khổ sở, gian khó và nỗ lực... liệu tất cả những điều ấy còn có ý nghĩa gì chăng sau khi ta chấm dứt đời sống như một điểm đến tất yếu? Vì sao mỗi chúng ta đều sinh ra chỉ để rồi chắc chắn phải chết đi, và cuối cùng mọi thứ dường như đều mất hút hoàn toàn trong dòng thời gian vô tận? Nói tóm lại, ý nghĩa rốt ráo của đời sống này là gì? Và liệu có phương cách nào để chúng ta có thể nhận hiểu hoặc làm cho đời sống này trở nên thực sự có ý nghĩa? Liệu có phương cách nào để chúng ta có thể trải qua chu kỳ sống tất yếu này với một tâm trạng thư thái hơn, hạnh phúc hơn và không bị nhấn chìm thường xuyên trong những khổ đau?...

Tất cả những câu hỏi ấy không chỉ nhất thời nảy sinh trong tâm tưởng của một số người nào đó, trong một thời đại nào đó... Chúng là những câu hỏi chung nhất của nhân loại đã nêu lên từ muôn đời trước, nhưng dường như tâm thức con người trong mọi thời đại vẫn luôn có khuynh hướng quay trở về với những câu hỏi ấy. Những bộ óc kiệt xuất của nhân loại đã từng nỗ lực tìm kiếm và đưa ra không ít câu trả lời, nhưng dường như mỗi chúng ta đều thấy khó chấp nhận những câu trả lời đến từ người khác. Quá trình tìm kiếm của bản thân hóa ra lại chính là tiền đề tất yếu cho bất kỳ ai muốn có được một đáp án thỏa đáng về ý nghĩa đời sống. Và trong suốt quá trình tìm kiếm đó, một nhận thức đúng thật và toàn diện về thân phận con người dường như luôn là điểm khởi đầu thích hợp nhất. Mặc dù vậy, nếu như ta nhận được một sự hướng dẫn dựa trên những phân tích hợp lý và lập luận có hệ thống chặt chẽ, điều đó chắc chắn sẽ giúp ích rất nhiều, nếu không muốn nói là sẽ đóng một vai trò quyết định cho quá trình đi tìm ý nghĩa đời sống của chính ta.

Và may mắn thay, những hướng dẫn quý báu như thế quả thật đã được đưa ra từ cách đây hơn 25 thế kỷ.

Tất nhiên, như đã nói, hầu hết chúng ta đều thấy khó chấp nhận câu trả lời đến từ người khác cho những vấn đề trọng đại của chính bản thân mình. Nhưng những kinh nghiệm được truyền trao từ người đi trước bao giờ cũng có những giá trị nhất định, và nhất là khi những kinh nghiệm ấy được phát xuất từ một trí tuệ siêu việt, chắc chắn chúng sẽ soi sáng rất nhiều cho quá trình tìm kiếm của mỗi chúng ta.

Tập sách này được viết ra với mong muốn chia sẻ cùng bạn đọc những điều đó, mặc dù chắc chắn sẽ không tránh khỏi những hạn chế xuất phát từ nhận thức chưa đầy đủ của người viết, nhưng dù sao thì mọi trang viết đều sẽ cố gắng dựa trên những nền tảng cụ thể và chắc chắn đã được xây dựng và thử thách qua thời gian. Nền tảng đó chính là những lời dạy của một người đã từng bước đi trên mặt đất của hành tinh này từ cách đây hơn 2.500 năm, nhưng cho đến nay vẫn luôn giữ được tính chính xác đến mức có thể làm ngạc nhiên bất kỳ ai đang sống ở thế kỷ 21 này. Con người với trí tuệ siêu việt ấy chính là đức Phật Thích-ca Mâu-ni, người đã để lại một khối lượng văn bản khổng lồ được gọi là Kinh tạng, chỉ nhằm mỗi một mục đích duy nhất là giúp cho nhân loại có thể từng bước giảm nhẹ và dần dần đạt đến sự giải thoát hoàn toàn khỏi mọi khổ đau trong đời sống.

Mặc dù được ghi chép thành một số lượng văn bản khổng lồ trong Kinh tạng, nhưng những lời dạy của đức Phật nhìn chung luôn được ngài đưa ra dựa trên 2 yếu tố. Thứ nhất, đó là những lời dạy xuất phát từ lòng từ bi vô lượng của ngài, muốn cho mọi con người đều được thoát khổ được vui, nên bao giờ cũng thích hợp với người nghe để họ có thể nhận hiểu và thực hiện được, nhằm mang lại sự an vui và lợi ích cho đời sống của họ. Yếu tố này được gọi là *khế cơ*, nghĩa là thích hợp với căn cơ, trình độ và năng lực của người nghe. Do mỗi con người chúng ta đều là một thực thể cá biệt, không ai hoàn toàn giống với ai, nên những lời dạy của đức Phật cũng bao gồm rất nhiều phương pháp, nhiều mức độ cao thấp khác nhau, để có thể thích hợp với từng hạng người khác nhau. Thứ hai, đó là những lời dạy xuất phát từ trí tuệ thấy biết như thật của ngài, nên bao giờ cũng là chân thật, đúng chân lý, để người nghe có thể tin cậy và làm theo mà không sợ rơi vào sự sai trái, lầm lẫn. Yếu tố này được gọi là *khế lý*, nghĩa là phù hợp với chân lý, với thực tiễn đời sống, không hề có sự sai lầm hay phiến diện. Tuy nhiên, do chúng ta từ lâu đã quen nhìn cuộc sống theo một cách nhìn đầy những định kiến sai lầm và hạn hẹp, nên việc nhận ra được tính chất đúng thật trong lời dạy của đức Phật tự nó đã là một quá trình đòi hỏi sự nỗ lực không ngừng của mỗi người. Nếu chúng ta chỉ tiếp cận những lời Phật dạy một cách hời hợt, thiếu suy nghĩ, ta sẽ rất khó lòng nhận hiểu được sự đúng thật trong những lời dạy ấy.

Chính nhờ có hai tính *khế cơ* và *khế lý* như trên mà cho dù đã trải qua hơn 25 thế kỷ, những lời dạy của đức Phật vẫn còn giữ nguyên được giá trị như khi lần đầu tiên được nói ra từ kim khẩu của ngài. Khi nhận hiểu và thực hành theo những lời dạy đó, chắc chắn mỗi người chúng ta đều sẽ nhận được những an vui lợi lạc trong đời sống, và cũng chính qua đó mà ta sẽ dần dần tự mình nhận hiểu ra được những giá trị cũng như ý nghĩa thực sự của đời sống này.

Những được mất trong đời

Trong một bài nói chuyện với sinh viên tại buổi lễ trao bằng tốt nghiệp ở Đại học Stanford vào tháng 6 năm 2005, Steve Jobs, người sáng lập Công ty Apple, đã chia sẻ với các bạn trẻ nhiều câu chuyện thú vị của chính cuộc đời ông. Steve cho biết, ông đã phải rời ghế nhà trường chỉ sau 6 tháng theo học trường Reed College, lý do đơn giản là vì cha mẹ nuôi của ông không có đủ tiền. Họ đã chi ra tất cả những khoản tiền tiết kiệm, nhưng cũng chỉ đủ để đóng học phí cho ông mà thôi.

Steve sống với cha mẹ nuôi từ nhỏ, vì người mẹ ruột đã trao ông cho cha mẹ nuôi từ khi ông còn rất bé. Bà đã đặt điều kiện là những người nhận ông làm con nuôi phải cam kết cho ông theo học đại học. Thế nên, việc Steve phải bỏ học dường như là một mất mát lớn cho cuộc đời ông và đi ngược với tâm nguyện của mẹ. Nhưng rồi trong bài nói chuyện của mình, Steve đã cho biết chính việc bỏ học đã giúp ông có thời gian quay sang theo học các lớp viết chữ đẹp (calligraphy). Điều bất ngờ là chính việc này về sau đã giúp ông sáng tạo ra những máy tính cá nhân Macintosh với đặc điểm mang tính nghệ thuật cao, với rất nhiều font chữ đẹp, khác biệt hẳn với các máy tính Windows của Microsoft. Hơn thế nữa, các font chữ rất đẹp do ông và đồng nghiệp của mình tạo ra ở Apple về sau cũng được Windows sử dụng, và nhờ đó mà cả nhân loại đều được tận hưởng tính nghệ thuật của chúng. Cái mất ngày xưa của ông, khi nhìn lại đã trở thành một cái được lớn lao, không chỉ cho riêng ông mà còn là cho nhiều người khác.

Sau khi bỏ học một thời gian, Steve bắt đầu sáng lập công ty Apple từ năm 20 tuổi với tổng số nhân viên là... 2 người, và trụ sở công ty là cái garage nhỏ bé của nhà cha mẹ nuôi.

Sau 10 năm làm việc chăm chỉ và sáng tạo, ông đã phát triển Apple từ cơ sở nhỏ bé đó thành một công ty trị giá 2 tỷ Mỹ kim với 4.000 nhân viên! Và chính vào thời điểm tưởng như cực kỳ vinh quang đó, ông phải gánh chịu một mất mát hết sức nặng nề: Ông bị sa thải khỏi công ty Apple do bất đồng quan điểm với người điều hành do chính ông tuyển dụng. Hội đồng quản trị của công ty đã ủng hộ người ấy và Steve Jobs phải ra đi khỏi Apple. Có vẻ như ai cũng phải thừa nhận rằng đây là một sự mất mát, một thất bại lớn lao cho sự nghiệp của ông.

Thế nhưng, trong bài nói chuyện của mình, Steve đã cho biết, chính việc bị sa thải khỏi Apple hóa ra lại là sự kiện tốt đẹp nhất trong cuộc đời ông. Nghe có vẻ như hoàn toàn vô lý, nhưng chính Steve đã cho ta biết những diễn tiến của sự việc. Thay vì rơi vào chỗ sắp ngủ yên trên đỉnh thành công, óc sáng tạo trong ông đã buộc phải thức tỉnh sau cú sốc của sự sa thải. Trong vòng 5 năm sau đó, ông thành lập 2 công ty mới: NeXT và Pixar. Công ty Pixar sáng tạo những bộ phim hoạt hình máy tính đầu tiên và dần dần phát triển thành xưởng phim hoạt hình thành công nhất trên thế giới. Công ty NeXT thì sau đó được Apple mua lại, và do đó mà Steve đã quay về với Apple. Chính những kỹ thuật mà ông sáng tạo cho NeXT đã trở thành điều kiện cần thiết giúp Apple phục hồi và phát triển trong thời kỳ này. Cho đến nay, hàng loạt những tiện ích trong thế giới di động mà chúng ta có được như iPod touch, iPhone, iPad... đều là sự đóng góp của Apple. Công ty này chiếm một thị phần rất lớn trên toàn thế giới.

Như thế đó, có những điều mà khi xảy ra chúng ta cho là thất bại, mất mát, nhưng rồi khi thời gian trôi qua, hóa ra lại chứng tỏ rằng chúng là những thành tựu hay những nhân tố tích cực, thậm chí là quyết định, cho sự thành công về sau.

Nhiều người Việt Nam khá quen thuộc với câu chuyện *Tái ông thất mã*, là một câu chuyện minh họa khá rõ nét cho nhận xét trên. Một ông lão sống nơi vùng biên giới bị mất con ngựa, hàng xóm đến chia buồn, nhưng rồi ít lâu sau con ngựa lại quay về và dắt theo một con ngựa khác tuyệt đẹp. Hàng xóm đến chúc mừng ông vì được con ngựa đẹp. Ngờ đâu, chẳng bao lâu sau thì con trai ông lão vì cưỡi con ngựa đó mà bị nó hất ngã gãy chân. Hàng xóm lại đến chia buồn. Nhưng rồi chẳng bao lâu sau thì chiến tranh xảy ra, tất cả trai tráng trong làng đều phải ra chiến trường, nhiều người bỏ mạng, chỉ riêng con trai ông lão nhờ cái chân gãy mà được an ổn ở nhà...

Quý độc giả hẳn sẽ cho rằng những tình tiết như trong câu chuyện như trên rõ ràng chỉ là được cố ý đặt ra theo hướng minh họa cho ý tưởng rằng những chuyện "được mất" luôn xen lẫn trong cuộc đời. Tuy nhiên, không chỉ là trong những câu chuyện kể như thế, mà chính trong cuộc đời của mỗi chúng ta cũng thường gặp không ít những chuyện thật tương tự.

Đôi khi chúng ta mất đi một cơ hội tốt để thăng tiến, nhưng điều đó lại mang đến cho ta động lực để phát triển và trau dồi những năng lực tự thân, và điều này hóa ra lại là một thành tựu có thể còn lớn hơn cả sự mong đợi của ta. Đôi khi chúng ta thành công trong một công việc, nhưng rồi chính sự thành công đó lại là nguyên nhân đẩy ta vào một giai đoạn mới đầy những căng thẳng và thậm chí là ảm đạm trong cuộc đời...

Vì thế, đường ranh giới giữa "được" và "mất" trong cuộc sống nhiều khi rất khó phân biệt, bởi chúng luôn đan xen và thậm chí là hòa quyện vào nhau. Và sự phân biệt này càng trở nên mơ hồ hơn nữa khi nhận thức của chúng ta về những khái niệm "được" và "mất" dường như chỉ dựa vào quán tính mà không có bất kỳ sự phân tích rõ nét nào.

Khi nhận thức về vấn đề "được" hay "mất", chúng ta mặc nhiên hàm ý một sự so sánh giá trị tăng thêm hay giảm đi. Thế nhưng, giá trị so sánh đó là gì thì ta thường rất mơ hồ. Hầu hết chúng ta thường theo quán tính và nghĩ ngay đến các giá trị vật chất đo lường được, hoặc sâu sắc hơn một chút là những giá trị tri thức, văn hóa. Những nhận thức đơn thuần như thế thường là đúng nhưng chưa đủ, vì thật ra thì cuộc sống của mỗi chúng ta luôn bao hàm rất nhiều giá trị khác nữa, trong đó có cả những giá trị mà chúng ta rất ít khi lưu tâm đến. Trong một phần tiếp theo, chúng ta sẽ đề cập đến một số trong những giá trị này.

Khi tìm được một công việc mới với thu nhập cao hơn, hẳn ai trong chúng ta cũng phải xem đó là "được". Thế nhưng, nếu công việc mới đòi hỏi quá nhiều thời gian trong ngày và những bữa cơm gia đình dần dần trở nên thưa thớt, thay vào đó là những cuộc họp căng thẳng, những lần công tác xa... liệu bạn sẽ xem đó là được hay mất? Mặt khác, sự vắt kiệt sức lực vào công việc mới cũng có thể mang đến những hệ quả tất yếu khiến bạn dần dần suy nhược sức khỏe, tinh thần không còn sảng khoái như xưa, liệu như vậy sẽ là được hay mất?

Một người ra bến xe chỉ trễ 2 phút và không kịp mua vé để lên đúng chuyến xe đã định. Ông ta có thể sẽ rất bực mình vì đã lỡ mất cơ hội đến nơi sớm hơn. Thế rồi, chuyến xe ấy gặp trở ngại, hỏng máy chẳng hạn, và chuyến xe ông ta lên sau đó hóa ra lại đến sớm hơn. Như thế là được hay mất, là may hay rủi?

Chuyến xe cuộc đời của chúng ta thường cũng không khác mấy. Theo quán tính, chúng ta luôn không ngừng chen lấn, không ngừng nỗ lực tìm mọi cơ hội để được đến "sớm" hơn người khác, để vượt qua người khác. Thế nhưng, thật ra trong rất nhiều trường hợp, "sớm hơn" chưa hẳn đã là tốt hơn! Có rất nhiều sự kiện mà nếu chọn đúng thời điểm diễn ra sẽ có thể làm thay đổi lớn lao cả cuộc đời bạn. Tiếc thay, chúng ta hầu như rất khó lòng biết được thời điểm nào là "đúng".

Nói như thế không có nghĩa là để tạo ra sự hoang mang cho bạn trước khi đưa ra một quyết định trong đời sống, mà là muốn chỉ ra rằng khuynh hướng đơn giản hóa vấn đề của hầu hết chúng ta thường là không chính xác. Nếu bạn chỉ nhận xét một vấn đề qua bề mặt của nó, qua những giá trị vật chất dễ dàng đo đếm được, thì có rất nhiều khả năng là bạn đã bỏ qua không tính đến nhiều yếu tố giá trị khác. Và thậm chí khi bạn đã cố gắng cân nhắc mọi yếu tố được biết, thì vẫn còn không ít những ẩn số có tương quan mà rất có thể là cuối cùng sẽ làm thay đổi hoàn toàn những dự kiến của bạn.

Cuộc dời là một kịch bản kỳ thú mà không một đạo diễn tài ba nào có thể bắt chước được. Những gì thực sự diễn ra trong đời sống thường là những điều tưởng chừng như rất đơn giản sau khi đã xảy ra, nhưng lại luôn là những điều rất khó dự đoán khi chưa đến. Hãy thử nhớ lại những trận đá bóng mà bạn đã xem. Kết quả có vẻ như được chi phối bởi 22 tuyển thủ trên sân và chỉ đơn giản gói gọn trong hai từ "thắng/thua". Mặc dù vậy, xác suất dự đoán 50/50 này vẫn luôn làm đau đầu các chuyên gia và lôi cuốn hàng triệu người xem bởi tính bất ngờ của nó. Không một chuyên gia bóng đá nào có đủ tự tin để đưa ra dự đoán kết quả "chắc chắn", bất kể là họ am hiểu về các đội bóng đang thi đấu đến mức nào. Bất ngờ và bất ngờ... Đó là đặc thù và cũng là sức sống của bóng đá.

Những kết quả trong "sân bóng cuộc đời" cũng vậy, nhưng chúng phức tạp và đa dạng hơn rất nhiều. Chúng ta chưa bao giờ và cũng sẽ không bao giờ nhìn thấy hoặc am hiểu hết được những yếu tố tác động tạo thành kết quả của một sự việc, cho dù là sự việc đơn giản nhất. Nói cách khác, chúng ta luôn nhận thức về sự việc thông qua những yếu tố đã biết, nhưng thường quên đi là vẫn còn có những yếu tố chưa biết cũng tham gia tác động vào sự việc. Thậm chí trong rất nhiều trường hợp, ta có thể hoàn toàn không biết đến ngay cả sự tồn tại của các yếu tố đó, nói gì đến chuyện nhận hiểu về chúng? Thế nhưng, trong thực tế thì tất cả những yếu tố, dù đã biết hay chưa được biết, cũng đều góp phần tạo thành kết quả sự việc.

Tính chất tương quan phức tạp này là một sự thật mà chúng ta ít khi lưu ý đến. Chính vì sự chủ quan không nhìn thấy những hạn chế tất yếu trong nhận thức của mình về sự việc mà chúng ta thường luôn thấy "bất ngờ" khi sự việc thực sự diễn ra không đúng như ta dự tính. Nếu chấp nhận nhìn sự vật đúng thật trong mối tương quan phức tạp của nó với rất nhiều yếu tố khác, thì ít ra ta cũng biết chắc được một điều là "ta không thể biết chắc chắn kết quả sự việc", chỉ đơn giản là vì ta không biết hết được các yếu tố tương quan tác động.

Thật ra, chính cách nhìn nhận này sẽ giúp ta có một cung cách ứng xử đúng đắn hơn, bởi không còn quá tin tưởng hầu như tuyệt đối vào những hiểu biết vốn còn hạn chế của mình. Chính nhờ đó ta mới có những sự dự phòng hay chuẩn bị cần thiết cho bất kỳ quyết định quan trọng nào.

Hơn thế nữa, mỗi một sự việc không chỉ chịu tác động từ những yếu tố xảy ra đồng thời với nó, mà vì diễn ra trong một chuỗi những sự việc tiếp nối theo dòng thời gian nên nó còn phải chịu những ảnh hưởng nhất định từ cả những sự việc xảy ra trước và sau nó. Trong những câu chuyện mà chúng ta vừa nhắc đến ở trên, tính chất liên kết các sự việc qua thời gian có thể được nhận thấy rất rõ. Việc mất ngựa của ông lão không thể trở nên đáng mừng nếu không phải nhờ đó mà ông bỗng dưng có được một con ngựa đẹp; việc có được con ngựa đẹp sẽ không trở nên đáng buồn nếu không có việc con trai ông vì nó mà bị ngã gãy chân; việc con trai ông gãy chân cũng sẽ không là một yếu tố được cho là may mắn nếu không có việc chiến tranh xảy ra và trai tráng trong làng phải ra chiến trường...

Trong bài nói chuyện của mình, Steve Jobs gọi đó là "sự kết nối các dấu chấm" *(connecting the dots)*. Mỗi sự việc trong cuộc đời ta là một dấu chấm, và chỉ khi nhìn lại qua thời gian ta mới biết được là trong vô số những dấu chấm đó, có những dấu chấm nào đã được kết nối với nhau theo cách như Steve đã mô tả trong câu chuyện của đời ông.

Mặt khác, tất cả "những dấu chấm" đều là do chính ta tạo ra theo một cách nào đó. Vì thế, vấn đề của chúng ta là phải nỗ lực hết mình trong mỗi sự kiện chứ không cần quan tâm đến việc đi tìm sự kết nối. Chính "những dấu chấm" rồi tự chúng sẽ kết nối với nhau. Câu chuyện của Steve cũng cho ta thấy rõ điều đó. Chắc chắn là ông đã có nhiều nỗ lực khi theo học và rèn luyện môn thư pháp, nếu không thì về sau ông sẽ không có được những năng lực thực sự để vận dụng vào việc sáng tạo các mẫu máy tính cá nhân Macintosh. Dấu chấm về sau đã tự nó kết nối với dấu chấm trước đó và Steve không cần nỗ lực cho việc ấy. Ông chỉ nỗ lực trong việc học thư pháp, ngay cả khi chưa thể biết được ứng dụng về sau của việc học này.

Tương tự, việc ông sáng lập Pixar và NeXT cũng là những nỗ lực hết mình sau khi bị sa thải khỏi Apple. Bản thân ông không thể biết trước việc Apple rồi sẽ mua lại NeXT để ông có cơ hội quay về. Nhưng nếu bản thân ông không đủ khả năng hoặc không nỗ lực để mang đến sự thành công cho NeXT, chắc chắn Apple cũng sẽ không đi đến quyết định mua lại công ty này, và khi ấy các "dấu chấm" sẽ không thể kết nối như cách chúng đã thực sự diễn ra. Một lần nữa, chính năng lực sáng tạo và những nỗ lực của Steve phải được xem là yếu tố quyết định, cho dù bản thân ông không hề biết trước được diễn tiến của sự việc.

Nói tóm lại, "những dấu chấm" trong cuộc đời chúng ta sẽ luôn tự chúng biết cách kết nối thích hợp, và vấn đề của ta là hãy cố gắng nỗ lực tạo ra "những dấu chấm" sao cho thật tròn trịa và xinh xắn.

Cách nhìn sự việc một cách toàn diện sẽ giúp ta có một khuynh hướng đúng đắn hơn trong cuộc sống. Khi nhận biết được tính chất đa dạng và tương quan phức tạp giữa mọi sự việc, ta sẽ không quá đặt nặng vào kết quả của bất kỳ sự việc nào, không rơi vào quán tính vội vàng xem đó là *được* hay *mất*. Với nhận thức bao quát hơn, chúng ta dễ dàng chấp nhận mỗi một sự việc như nó đang thực sự diễn ra mà không xem nặng yếu tố được hay mất. Một quyết định sa thải thì chắc chắn là chẳng ai trong chúng ta mong muốn, nhưng khi đã nhận nó rồi thì điều tốt nhất nên làm là nỗ lực tìm kiếm một việc làm khác, chứ không phải là chìm trong nỗi ai oán vì mất việc, để rồi đi kèm theo những đêm mất ngủ hay những ngày lo lắng, bực dọc. Những điều đó chẳng giúp ích được gì, chỉ làm cho ta mất đi sự bình thản và sáng suốt cần thiết để ứng phó trong hoàn cảnh mới.

Trên thực tế, những ý niệm "được, mất" chi phối chúng ta khá thường xuyên trong cuộc sống. Rất nhiều cảm xúc luôn đi kèm theo những ý niệm này, như buồn, vui, thất vọng, chán chường, phấn khích, nôn nao... Và chính những cảm xúc này, sau khi sinh khởi lại chi phối đến mọi hành vi ứng xử của ta, từ đó có thể làm thay đổi nhiều kết quả tốt đẹp mà lẽ ra ta hoàn toàn có thể đạt được. Với một nhận thức đúng thật hơn, chắc chắn ta sẽ có khả năng giữ được sự bình thản và sáng suốt trong nhiều tình huống, và chính đây lại là một trong những yếu tố quan trọng góp phần vào bất cứ sự thành công nào.

Để có được một nhận thức toàn diện và đúng thật về sự việc, có lẽ chúng ta sẽ cần đến một vài phân tích chi tiết hơn. Như đã nói, ý niệm "được mất" luôn mặc nhiên bao hàm một sự so sánh các giá trị được tăng thêm hay giảm đi, và theo quán tính, chúng ta thường chỉ nhận định dựa trên những giá trị nổi bật dễ nhận biết như tiền bạc, vật chất, tri thức v.v... Thế nhưng, sự thật là cuộc sống của mỗi chúng ta còn hàm chứa rất nhiều những giá trị khác nữa.

Những giá trị trong cuộc sống

Khi hiện hữu trong cuộc sống này, chúng ta tất yếu cần đến một số những giá trị khác nhau để sinh tồn, và qua sự sinh tồn, chúng ta dần dần sở hữu một phần nhất định các giá trị đó. Tất nhiên, khi nói đến những giá trị trong cuộc sống theo cách này, chúng ta không hàm ý chỉ đến tự thân giá trị hay ý nghĩa rốt ráo của cuộc sống. Đó là một vấn đề có tầm vóc bao quát và sâu xa hơn mà chúng ta sẽ có dịp trở lại trong một dịp khác.

Phần lớn trong chúng ta thường chỉ lưu tâm đến những giá trị nổi bật mà ta có được như vật chất, vốn có thể dễ dàng đo lường bằng các đơn vị quy ước, hay tri thức, trong phạm vi được xác định bởi hệ thống văn bằng, học vị... Tuy nhiên, đời sống của ta không chỉ đơn thuần được tạo thành riêng bởi các giá trị đó. Chúng ta còn sở hữu - và cần thiết phải sở hữu - nhiều giá trị khác nữa, như sức khỏe, thời gian, chuyên môn, kinh nghiệm sống, quan hệ xã hội, tình thương... Mỗi một giá trị trong số đó đều góp phần nhất định trong việc hình thành giá trị chung của chúng ta trong đời sống, có tính chất hỗ tương với các giá trị khác, cũng như có khả năng được rèn luyện và phát triển như một giá trị độc lập. Vì thế, trong khi chúng ta luôn có thể thấy rõ sự tương quan thống nhất của tất cả các giá trị này trong việc hình thành giá trị chung của đời sống, thì đồng thời ta cũng có thể xem xét, phân tích từng giá trị đó như những giá trị độc lập, có những ý nghĩa và tính chất đặc thù khi so sánh với các giá trị khác.

Khi được phân tích như các giá trị khác biệt, mỗi giá trị trong đời sống sẽ được nhận hiểu và phát triển theo một cách thích hợp hơn. Mặt khác, khi thấy được tính chất kết hợp của nhiều giá trị khác nhau trong đời sống, chúng ta sẽ có được một nhận thức toàn diện hơn, không quá nhấn mạnh vào một số giá trị nào đó cũng như không bỏ lỡ cơ hội phát triển những giá trị khác mà ta thực sự đang cần đến.

Dưới đây, chúng ta sẽ thử tìm hiểu qua một số các giá trị như vừa đề cập trên.

Giá trị vật chất

Vật chất là giá trị nổi bật dễ nhìn thấy nhất trong cuộc sống. Vật chất luôn gắn liền và là yếu tố thiết yếu cho sự sống còn của chúng ta. Từ thực phẩm ta sử dụng hằng ngày cho đến quần áo, vật dụng, xe cộ... mọi thứ ấy đều là những giá trị vật chất.

Giá trị vật chất đối với chúng ta trước hết là giá trị sử dụng. Ta cần đến thực phẩm để ăn, cần quần áo để mặc, cần nhà cửa để có chỗ trú ẩn tránh nắng mưa... Khi nền văn minh nhân loại phát triển, đời sống chúng ta có thêm những nhu cầu phức tạp hơn, tinh tế hơn, như các nhu cầu thẩm mỹ, nghệ thuật, giải trí... thì nói chung những giá trị vật chất tương ứng cũng được sử dụng với mục đích đáp ứng các nhu cầu này, như tranh vẽ, nhạc cụ, phim ảnh... Tuy nhiên, bằng vào trí thông minh, con người nhận ra rằng sau khi thỏa mãn các nhu cầu của mình trong hiện tại, người ta còn có thể tích lũy vật chất để sử dụng cho cùng các nhu cầu ấy trong tương lai. Và do đó, ngoài giá trị sử dụng trực tiếp, các giá trị vật chất cũng bắt đầu được chuyển thành giá trị tích lũy.

Mặt khác, cùng với sự phát triển của nền văn minh con người, các giá trị vật chất cũng phát triển ngày càng đa dạng, phức tạp hơn. Nếu như vào thuở ban sơ con người chỉ biết sử dụng các giá trị vật chất đơn giản nhất có được từ tự nhiên như thức ăn, nước uống... thì càng về sau con người càng có khả năng tạo ra nhiều dạng vật chất khác hơn để đáp ứng các nhu cầu ngày càng phát triển trong cuộc sống. Và khi con người bắt đầu biết sử dụng các giá trị vật chất vào việc tích lũy hoặc trao đổi với người khác, họ cũng bắt đầu nghĩ đến những phương thức thuận tiện hơn để phục vụ các nhu cầu này. Từ đó nảy sinh các hình thức tiền tệ có giá trị theo quy ước từ thô sơ cho đến tinh vi như ngày nay. Song song với hệ thống tiền tệ, người ta cũng sử dụng các kim loại quý (vàng, bạc...) như một kiểu tiền tệ đặc biệt, có giá trị phổ biến hầu như trên toàn thế giới.

Sự hình thành hệ thống tiền tệ là một sáng tạo của con người, nhờ đó mà sự tích lũy và trao đổi các giá trị vật chất trở nên thuận tiện hơn rất nhiều. Khi một người kiếm được quá nhiều thực phẩm, thay vì lưu trữ chúng, họ có thể bán ra để đổi thành tiền. Sau đó, khi cần họ lại dùng tiền để mua lại thực phẩm. Như vậy dễ dàng hơn rất nhiều. Mặt khác, khi muốn trao đổi một vật dụng này để lấy một loại vật dụng khác, người ta cũng không cần thiết phải làm điều đó một cách trực tiếp. Họ chỉ cần bán đi loại vật dụng mình hiện có và dùng tiền để tìm mua loại vật dụng nào mình thích. Hơn thế nữa, việc quy đổi thành tiền những giá trị vật chất cũng giúp cho các giao dịch trao đổi trở nên dễ dàng hơn, bởi vì tất cả đều đã được xác định giá trị thông qua tiền tệ.

Tiền bạc do con người tạo ra và gán những giá trị theo quy ước để giúp cho việc sử dụng mọi giá trị vật chất trở nên dễ dàng, thuận tiện hơn. Vì thế, bản thân tiền bạc không phải là một giá trị có thể sử dụng trực tiếp. Chúng ta phải chuyển đổi tiền bạc thành giá trị vật chất mà mình đang cần mới có thể sử dụng được, chẳng hạn như dùng tiền để mua thực phẩm, quần áo, vật dụng... Mặc dù vậy, tính chất vạn năng của tiền bạc đã mang lại cho nó những quyền lực ngày càng mạnh mẽ hơn trong các xã hội văn minh vật chất. Khi có nhiều tiền trong tay, hầu như người ta có thể có được bất kỳ điều gì họ muốn, thậm chí còn có thể dựa vào quyền lực đó để mua chuộc, sai khiến người khác...

Và như một quy luật tất yếu, quyền lực luôn khêu gợi sự ham muốn. Những nhu cầu trực tiếp của chúng ta như cơm ăn, áo mặc... thường luôn có những giới hạn nhất định của nó. Khi bạn đã no nê, thức ăn được dọn thêm lên bàn sẽ không còn hấp dẫn, không còn gợi lên sự thèm muốn nơi bạn. Nhưng với tiền bạc thì khác, bạn có thể tích lũy gần như không giới hạn, và bạn biết rằng giá trị tích lũy đó sẽ có khả năng đáp ứng mọi nhu cầu của bạn vào bất cứ lúc nào, cũng như sẽ mang lại cho bạn quyền lực chi phối người khác. Vì thế, tiền bạc rất dễ dàng gợi lên sự ham muốn mạnh mẽ nơi con người. Khả năng sử dụng tiền bạc là không giới hạn, nên sự ham muốn đó cũng là không giới hạn. Cho dù bạn đã tích lũy được bao nhiêu đi chăng nữa, bạn vẫn có thể dễ dàng bị lôi cuốn bởi ý muốn có được nhiều hơn và nhiều hơn...

Nếu như phần lớn các giá trị vật chất có thể sử dụng trực tiếp thường là những nhu cầu thiết yếu cho cuộc sống chúng ta, thì những giá trị vật chất theo quy ước như tiền, vàng... lại không nhất thiết là những nhu cầu thiết yếu. Trong chừng mực để đáp ứng các nhu cầu cần thiết cho sự sống thì chúng là những giá trị thiết yếu, như tiền lương hằng tháng của công nhân chẳng hạn. Nhưng khi vượt quá xa các nhu cầu đó, như những khoản tiền tham nhũng hàng triệu đô-la chẳng hạn, thì chúng không còn là nhu cầu thiết yếu nữa, mà thực sự trở thành đối tượng của lòng tham.

Những giá trị vật chất là tiền đề thiết yếu cho sự sinh tồn cũng như mang đến những tiện nghi nâng cao cuộc sống chúng ta. Chúng ta không thể sống còn nếu không có được những giá trị vật chất tối thiểu cần thiết cho sự sống, và sự đầy đủ về vật chất sẽ giúp ta có được một cuộc sống với mọi tiện nghi thoải mái, cũng như giúp ta thực hiện được nhiều điều ta mong muốn. Vì thế, rất dễ thấy là quanh ta luôn có không ít người chạy theo vật chất, xem những giá trị vật chất tích lũy được như một mục đích đeo đuổi của đời mình.

Tuy nhiên, sự thật là mỗi chúng ta đều sinh ra trần trụi trong cuộc đời này và đến lúc chết đi cũng chẳng mang theo được gì. Mọi giá trị vật chất đều do chính ta tích lũy quanh mình trong một quãng thời gian nào đó, nhằm phục vụ những nhu cầu nào đó, nhưng cuối cùng rồi ta sẽ không thể nào ôm giữ chúng mãi mãi. Tính chất giả tạm của những giá trị vật chất là một thực tế, và sự giả tạm ấy chắc chắn không thể là giá trị rốt ráo của đời sống. Những giá trị vật chất có thể là phương tiện hữu hiệu giúp ta có một đời sống tốt đẹp hoặc làm được những việc có ý nghĩa, nhưng tự thân chúng không thể là ý nghĩa rốt ráo của đời sống mà ta đang tìm kiếm. Vì thế, không ai trong chúng ta phủ nhận những tác dụng tích cực của giá trị vật chất, nhưng việc sử dụng những giá trị vật chất mà ta có được theo cách như thế nào để thực sự mang lại lợi lạc cho chính bản thân ta và người khác thì dường như vẫn luôn là một phần trong bài học làm người của mỗi chúng ta.

Giá trị tri thức

Cùng với thời gian, mỗi chúng ta luôn tích lũy cho bản thân mình một lượng tri thức nhất định trong cuộc sống. Tri thức giúp ta nhận hiểu những sự việc xảy ra trong đời sống và nhờ đó có thể giải quyết sự việc theo cách mà ta cho là thích hợp nhất. Như vậy, tri thức góp phần vào việc quyết định phương thức ứng xử của ta, và phương thức ứng xử đúng đắn, thích hợp sẽ giúp cho cuộc sống của ta được tốt đẹp hơn. Vì thế, tri thức là một trong những giá trị rất hữu ích cho cuộc sống. Giá trị tri thức tuy không đo lường một cách cụ thể được như các giá trị vật chất nhưng lại rất dễ dàng nhận biết, vì nó được biểu lộ qua phương thức ứng xử của ta, và biểu hiện đó luôn có thể được những người khác quanh ta nhận biết rõ rệt. Và trong một chừng mực nhất định, những tri thức được tiếp nhận qua hệ thống đào tạo quy ước của xã hội thường được xác định bởi hệ thống các văn bằng, học vị...

Chúng ta không ai có thể sở hữu tri thức ngay từ lúc mới sinh ra. Việc tích lũy các giá trị tri thức là cả một quá trình liên tục và lâu dài. Trong suốt quá trình sống, chúng ta không ngừng học hỏi, tiếp nhận tri thức từ người khác và từ sự quan sát, suy luận của chính mình về thế giới chung quanh. Tri thức đã có cũng thường xuyên được ta đối chiếu, so sánh với thực tiễn đời sống và qua đó ta sẽ có khả năng thay đổi, điều chỉnh, cập nhật tri thức theo với những gì được ta nhận thức là đúng đắn, thích hợp nhất. Vì thế, tri thức thường phát triển gắn liền với kinh nghiệm sống chứ không chỉ đơn thuần là những lý thuyết được nhận biết qua sách vở.

Những tri thức phổ thông, được chúng ta tiếp nhận thông qua hệ thống giáo dục quy ước trong xã hội, luôn có một cấu trúc chung nhất cho tất cả mọi người và thường được chọn lọc theo cách sao cho có thể trở thành nền tảng để phát triển mọi nguồn tri thức khác. Điều này là một thực tế phổ biến nhưng không phải tuyệt đối. Trong rất nhiều trường hợp, khi không có điều kiện tiếp nhận tri thức nền tảng thông qua hệ thống giáo dục quy ước, chẳng hạn như nhà trường, người ta vẫn có khả năng tự trang bị cho mình một lượng tri thức tương đương hoặc thậm chí là sâu rộng hơn từ nhiều nguồn khác. Vì thế, điều quan trọng chính là lượng tri thức mà chúng ta thực sự có được chứ không phải là việc ta đã tiếp nhận lượng tri thức đó bằng cách nào.

Khả năng và phương cách tiếp nhận tri thức của mỗi cá nhân cũng không hoàn toàn giống nhau. Một số người có năng lực tiếp thu nhanh nhạy, nhận hiểu rất nhanh các tri thức mới và dễ dàng tích lũy vào vốn tri thức của bản thân họ. Một số khác cần có nhiều nỗ lực hơn, hoặc cần có người giảng giải, chỉ dẫn, và cũng phải mất nhiều thời gian mới có thể tiếp thu được tri thức mới. Tuy nhiên, điểm chung nhất cho tất cả mọi người là, dù nhanh hay chậm, dễ hay khó, nhưng bất kỳ ai trong chúng ta cũng luôn sẵn có khả năng tiếp thu và tích lũy thêm tri thức, phát triển ngày càng sâu rộng hơn những tri thức sẵn có của bản thân mình. Đây chính là điểm cốt lõi giúp cho mỗi chúng ta luôn có khả năng tự vươn lên hoàn thiện, luôn hướng đến những điều tốt đẹp hơn so với hiện tại.

Cách nhìn nhận của mỗi người về giá trị tri thức cũng không giống nhau. Có những người luôn khát khao tri thức mới, luôn theo đuổi việc học hỏi dưới mọi hình thức. Một số người khác lại hài lòng với những gì đã biết, xem đó như một chuẩn mực chấp nhận được, và vì thế không cần thiết phải mất thêm công sức cho việc tiếp tục học hỏi. Trong trường hợp đó, những người này thường bỏ lỡ đi nhiều cơ hội để vươn lên hoàn thiện chính mình, chỉ vì họ không thấy hết được tầm quan trọng của giá trị tri thức trong đời sống.

Tri thức cũng là một trong những phương tiện quan trọng giúp ta có thể tiếp nhận được những kinh nghiệm quý giá từ nhiều thế hệ đi trước và vận dụng vào cuộc sống của chính mình. Nhờ sự trao truyền tri thức qua nhiều thế hệ, chúng ta thừa hưởng được các lợi thế từ những người đi trước, đồng thời cũng có thể truyền lại những khám phá, thành tựu của bản thân mình cho thế hệ mai sau. Tri thức nhân loại nhờ đó mà trở thành một dòng chảy liên tục ngày càng lớn mạnh hơn.

Cho dù bản thân ta có nhận biết hay không thì những giá trị tri thức mà ta có được cũng luôn ảnh hưởng trực tiếp đến cuộc sống của mỗi chúng ta. Phát triển tri thức giúp ta có sự cảm nhận sâu rộng hơn về những gì xảy ra quanh ta, và điều đó không chỉ nâng cao chất lượng đời sống mà còn luôn có ý nghĩa nhất định trong quá trình tìm kiếm giá trị chân thật của cuộc đời.

Giá trị sức khỏe

Thông thường, sức khỏe là một giá trị rất ít khi được chúng ta quan tâm đến, cho dù đó là một giá trị cực kỳ quan trọng và ảnh hưởng trực tiếp đến cuộc sống của ta. Sự thiếu quan tâm này có lý do rất đơn giản, vì hầu hết chúng ta luôn xem việc có sức khỏe tốt chỉ là điều tất nhiên và quá thông thường, nên chỉ khi nào ta "kém sức khỏe", nghĩa là có bệnh, thì ta mới thấy cần quan tâm. Nhưng một sự quan tâm theo cách đó là không hợp lý và cũng rất nhiều khi dễ trở thành quá muộn màng.

Ở các nước phát triển, trong các biện pháp bảo vệ sức khỏe thì quy định về việc khám sức khỏe định kỳ luôn được tôn trọng. Người ta không đợi khi có bệnh mới đến với bác sĩ. Tùy theo hiện trạng sức khỏe của mỗi người, bác sĩ thường có sự chỉ định rõ về thời gian mà người ấy phải đến khám sức khỏe, bất kể là có bệnh hay không. Việc khám sức khỏe tổng quát định kỳ giúp ta phát hiện kịp thời khi nảy sinh các vấn đề về sức khỏe, thay vì phải đợi những vấn đề ấy biểu hiện thành bệnh lý rồi mới nghĩ đến việc chữa trị.

Đa số người bình dân nước ta thường hiếm khi nghĩ đến việc khám sức khỏe định kỳ, và đó chính là một biểu hiện rõ nét của sự thiếu quan tâm đến sức khỏe. Khi bạn sử dụng một chiếc xe gắn máy, nếu bạn không có sự bảo dưỡng định kỳ, không thay dầu nhờn hoặc thường xuyên kiểm tra các chi tiết trong xe thì chiếc xe đó sẽ không thể hoạt động tốt và bền bỉ được. Cơ thể chúng ta không chỉ đơn giản là một cỗ máy, mà là một thực thể sống phức tạp hơn rất nhiều. Nếu chúng ta không có sự quan tâm rèn luyện, bảo vệ sức khỏe một cách hợp lý, ta không thể duy trì được sức khỏe hiện có theo cách tốt nhất có thể được.

Sức khỏe của mỗi chúng ta là một giá trị đặc biệt vô cùng quý báu. Sức khỏe chi phối trực tiếp cuộc sống của ta. Ta không thể sống thoải mái, vui vẻ với một thân thể ốm đau bệnh hoạn. Ta cũng không thể vui sống khi sức khỏe không cho phép ta làm được những điều ta muốn. Khi có sức khỏe tốt, ta sẽ thấy trong người sảng khoái và dễ dàng có được sự lạc quan vui sống. Ngược lại, khi sức khỏe suy sụp, ta luôn có khuynh hướng thụ động và nhìn cuộc sống với một màu sắc bi quan, ảm đạm. Do đó, sức khỏe rõ ràng là một giá trị quan trọng đóng góp vào cuộc sống của mỗi chúng ta, cho dù ta có nhận biết được điều đó hay không.

Mỗi chúng ta đều sẵn có một sức khỏe tùy theo những điều kiện khác nhau, trong đó có sự tùy thuộc vào hoàn cảnh sống và làm việc trong hiện tại, tùy thuộc vào môi trường mà ta được nuôi dưỡng từ nhỏ, nhưng quan trọng hơn hết là tùy thuộc vào phương cách mà ta thường xuyên rèn luyện và bảo vệ sức khỏe hiện có của mình. Bởi vì, khác với tri thức là một giá trị được tích lũy qua thời gian, sức khỏe của mỗi chúng ta lại là một kiểu "tài nguyên" có giới hạn và luôn có khuynh hướng suy giảm sau khi ta qua khỏi tuổi tráng niên. Sự suy giảm đó là tất yếu, không thể tránh khỏi, nhưng nếu ta biết lựa chọn một lối sống lành mạnh và sự rèn luyện thích hợp thì tiến trình suy giảm đó sẽ có thể diễn ra chậm hơn, cũng như giúp ta có được nhiều hơn những phút giây khỏe mạnh trong cuộc sống.

Duy trì một sức khỏe tốt bao giờ cũng là một trong những yếu tố quan trọng giúp ta có được cuộc sống lạc quan yêu đời, giúp ta có thể sống hữu ích hơn cho bản thân và người khác. Và chính nhờ vào những điều đó mà ta mới có thể dễ dàng hơn trong việc nhận ra được ý nghĩa thực sự của cuộc đời.

Giá trị thời gian

Chúng ta thường nghe những câu nói đại loại như "thời giờ là vàng bạc", và hầu hết chúng ta đều thừa nhận rằng sự quý báu của thời gian là vô giá, không thể đánh đổi bằng bất kỳ giá trị vật chất nào. Tuy nhiên, nếu không chọn được cho bản thân mình một cách sống tốt, chúng ta sẽ rất dễ dàng rơi vào những hoàn cảnh mà khi nhìn lại bỗng thấy như thời gian đã mất đi của mình là hoàn toàn vô giá trị! Đó là khi mà nhiều ngày, nhiều tháng, nhiều năm... cứ dần qua đi nhưng ta không thấy được một sự thay đổi tích cực nào nơi bản thân mình, không tích lũy được thêm chút vốn liếng tri thức hay giá trị đạo đức nào, và vì thế mà ta có cảm giác như thời gian đã qua đi của mình chẳng mang lại được điều gì đáng giá cả.

Giá trị thời gian là giá trị được chia đều một cách bình đẳng cho tất cả chúng ta. Mỗi chúng ta đều có một quỹ thời gian như nhau, mỗi năm 12 tháng, mỗi tháng 30 ngày và mỗi ngày 24 giờ... Việc sử dụng quỹ thời gian ấy theo cách như thế nào, nhắm đến mục đích gì cũng như sẽ thực sự đạt được những gì phần lớn là do chính ta quyết định.

Trong thực tế, thời gian là một giá trị ẩn tàng sau mọi giá trị khác. Không có thời gian, sẽ không có bất kỳ giá trị nào được tạo ra hay phát huy tác dụng. Mỗi một giá trị đều cần có thời gian để tự thân chúng có thể trở thành một giá trị. Vì thế, khi bạn dành thời gian cho một mục đích nhất định thì điều đó cũng đồng nghĩa với việc bạn đang sử dụng một số những giá trị nào đó cho mục đích ấy. Tuy nhiên, tính chất ẩn tàng của giá trị thời gian đôi khi cũng làm cho một số người không nhận thức đầy đủ về nó.

Việc nhận thức đúng về thời gian như một trong các giá trị của đời sống giúp ta tổ chức đời sống của chính mình một cách hiệu quả hơn. Khi xem xét đến giá trị thời gian, ta mới có thể đánh giá đúng thật về những gì mình đạt được, và từ đó mới xác định được đúng hướng cho những nỗ lực trong tương lai. Cũng chính nhờ vào sự cân nhắc giữa những phương cách sử dụng thời gian khác nhau sao cho hiệu quả nhất, chúng ta mới thường xuyên nâng cao được những giá trị khác trong đời sống.

Cho dù thời gian là một giá trị phổ quát và được phân chia bình đẳng ở tất cả mọi người, nhưng giá trị đóng góp thực sự của nó cho đời sống luôn khác nhau ở mỗi cá nhân và điều đó hoàn toàn tùy thuộc vào nhận thức của chúng ta trong việc thừa nhận giá trị đặc biệt này. Dòng chảy thời gian vẫn liên tục trôi qua không chờ đợi và chính tự thân mỗi chúng ta luôn là người quyết định việc thời gian trôi qua đó có thực sự là vô giá hay chỉ là những ngày tháng hoàn toàn vô nghĩa.

Giá trị chuyên môn

Mỗi chúng ta được nuôi sống nhờ vào một công việc nào đó. Để thực hiện tốt công việc, ta cần phải học hỏi, rèn luyện chuyên môn. Do đó, quá trình sống cũng giúp ta ngày càng nâng cao khả năng chuyên môn của mình, và điều đó trở thành một giá trị trong đời sống của ta. Khả năng chuyên môn cao có thể giúp ta đạt được một số giá trị tương ứng khác, nhờ đó mà ngày càng hoàn thiện hơn nữa chất lượng cuộc sống.

Mặc dù những kiến thức chuyên môn cũng có thể xem là một phần trong giá trị tri thức, nhưng sự khác biệt ở đây là, trong chuyên môn thì những kiến thức phải luôn đi kèm với kỹ năng thực hiện, hay nói khác đi là bạn phải vận dụng được kiến thức đó để đáp ứng những yêu cầu thực tiễn thì mới được xem là có khả năng chuyên môn.

Khả năng chuyên môn là một giá trị ta có được qua sự nỗ lực học hỏi và rèn luyện. Giá trị đó đóng góp trực tiếp vào cuộc sống, mang lại lợi ích cho bản thân ta và mọi người quanh ta. Mặt khác, khả năng chuyên môn cũng giúp ta khẳng định phần đóng góp của bản thân mình cho cộng đồng xã hội và qua đó giúp ta cảm thấy đời sống trở nên có ý nghĩa hơn.

Hoạt động chuyên môn còn là một khía cạnh quan trọng

trong đời sống của mỗi chúng ta. Những công việc thuộc chuyên môn không chỉ đơn thuần là phương tiện mưu sinh, mà còn là niềm say mê của rất nhiều người trong chúng ta. Thông qua công việc, chúng ta luôn tự mình đề ra những mục tiêu xây dựng hay học hỏi nào đó để theo đuổi, và chính điều đó sẽ là động lực thúc đẩy ta trong công việc cũng như mang lại cho ta niềm vui sống. Nói chính xác hơn, chỉ khi nào tạo ra được niềm say mê trong công việc thì ta mới có thể có một cuộc sống thực sự hạnh phúc. Đơn giản chỉ là vì công việc thường luôn chiếm một phần lớn thời gian trong cuộc sống của mỗi chúng ta cũng như luôn chi phối trực tiếp đến nhiều yếu tố khác của cuộc sống.

Giá trị kinh nghiệm sống

Trải qua những năm tháng trong cuộc đời, ngoài việc phát triển tri thức, chúng ta cũng đồng thời tích lũy được những kinh nghiệm về đời sống. Mỗi một hoàn cảnh đã trải qua hay mỗi một sự việc cụ thể đều mang đến cho ta những kinh nghiệm nhất định, giúp ta nhận hiểu sâu sắc hơn về cuộc đời, không chỉ qua những lý thuyết đã học được, mà còn là qua những quy luật vận hành trong thực tế.

Kinh nghiệm sống là những giá trị rất riêng của mỗi người, được tích lũy từ vốn sống, từ sự từng trải của bản thân người đó. Kinh nghiệm sống giúp ta khai thác và vận dụng tốt hơn những giá trị khác trong đời sống. Kinh nghiệm sống cũng giúp ta điều chỉnh những sai lệch trong tri thức hoặc nhận thức và làm cho các giá trị khác trở nên thực sự hữu ích trong đời sống.

Giá trị kinh nghiệm sống có phạm trù rất rộng, bao quát từ những vấn đề nhỏ nhặt ta phải tiếp cận hằng ngày cho đến những vấn đề có tầm vóc lớn lao như nhân sinh quan, vũ trụ quan... Chính từ sự vận dụng và chiêm nghiệm các lý thuyết đã biết vào đời sống thực tế, ta mới dần dần hình thành và tích lũy được những giá trị kinh nghiệm sống của riêng mình. Những giá trị này, đến lượt nó lại trở thành những đóng góp tích cực vào giá trị chung cho cuộc sống của ta.

Thông qua kinh nghiệm sống, chúng ta ngày càng có khả năng hòa nhập và cảm thông nhiều hơn với mọi người khác, với cả cộng đồng quanh ta. Nhờ vào kinh nghiệm sống, ta cảm nhận được từng hoàn cảnh, tâm trạng của người khác bằng sự trải nghiệm đã qua của chính bản thân mình chứ không chỉ thông qua những diễn đạt bằng ngôn từ. Đây chính là yếu tố quan trọng giúp ta có khả năng thực sự rung động trước những hoàn cảnh bi thương hay ngưỡng mộ trước những tấm gương dũng cảm... Và chính những trải nghiệm đó lại làm giàu thêm cho kinh nghiệm sống của bản thân ta. Cuộc sống nhờ đó mà trở nên ngày càng phong phú, đa dạng thay vì là đơn điệu và buồn tẻ.

Nói tóm lại, kinh nghiệm sống có thể xem như một chất keo gắn kết giúp ta trở nên một thành phần gắn bó với cộng đồng thay vì chỉ là một cá nhân lẻ loi, cô độc. Kinh nghiệm sống giúp ta mở rộng nhận thức về đời sống cũng như hòa nhập vào đó để thấu hiểu được những ý nghĩa sâu xa, ẩn tàng phía sau từng số phận con người, trong đó có chính bản thân ta. Vì thế, giá trị kinh nghiệm sống là không thể đo lường nhưng nó lại thực sự là một giá trị có công năng làm chuyển biến cuộc đời ta.

Giá trị quan hệ xã hội

Mỗi chúng ta đều có một phạm vi quan hệ với nhiều người khác. Phạm vi này có thể hạn hẹp ở một số người và ở một số người khác có thể mở rộng hơn nhiều. Trong thực tế, phạm vi quan hệ xã hội cũng là một giá trị trong đời sống, vì nó thực sự có đóng góp, làm thay đổi đời sống của ta theo hướng dễ dàng hơn hoặc khó khăn hơn. Với nhiều mối quan hệ rộng và tốt đẹp, ta có thể thực hiện công việc dễ dàng hơn. Ngược lại, với những ai có quá ít quan hệ xã hội hoặc phải đối diện với những mối quan hệ không tốt đẹp, chắc chắn công việc của họ sẽ thêm phần khó khăn.

Vì thế, việc tạo dựng các quan hệ tốt đẹp cũng như mở rộng quan hệ xã hội cũng là một phương cách tích cực có thể giúp ta tăng thêm giá trị cuộc sống. Hơn thế nữa, các mối quan hệ đồng cảm còn có giá trị chia sẻ tâm tình, giải tỏa những căng thẳng tâm lý và thúc đẩy sự phát triển tinh thần, giúp ta có một khuynh hướng lạc quan hơn trong cuộc sống.

Trong rất nhiều trường hợp, giá trị quan hệ xã hội cũng tác động trực tiếp đến đời sống của chúng ta không kém các giá trị như vật chất hay tri thức. Đồng thời, các quan hệ xã hội cũng có sự tác động gián tiếp thông qua việc giúp ta đạt được các giá trị khác một cách dễ dàng hơn. Chẳng hạn, thông qua những quan hệ bạn bè, ta có thể tìm được một công việc làm ăn tốt hơn, thuận lợi hơn; hoặc thông qua những quan hệ tốt đẹp, ta có thể giải quyết một vấn đề bất ổn theo cách nhanh chóng hơn, êm thắm hơn. Các mối quan hệ rộng cũng giúp ta có điều kiện dễ dàng hơn trong việc học hỏi phát triển tri thức, rèn luyện chuyên môn v.v...

Khi xác định các mối quan hệ như một giá trị trong đời sống, ta sẽ có một khuynh hướng đúng đắn hơn trong việc hình thành và bảo vệ các mối quan hệ tốt đẹp, cũng như hạn chế và chuyển đổi các mối quan hệ nhiều mâu thuẫn, xung đột. Khuynh hướng này sẽ giúp cho cuộc sống ta thay đổi theo chiều hướng ngày càng tốt hơn.

Giá trị tình thương

Một số người có thể thấy hơi lạ lẫm khi nói về tình thương như một giá trị trong cuộc sống. Tuy nhiên, nếu xét đến những đóng góp thực sự của nó cho cuộc sống của mỗi chúng ta thì việc thừa nhận giá trị này cũng là điều tất yếu.

Cho dù mỗi người đều sẵn có khả năng thương yêu, nhưng không phải tất cả chúng ta đều có cùng một khả năng thương yêu như nhau, và điều đó cũng không phải tự nhiên có được. Đây là một giá trị tích lũy qua thời gian, nhờ có sự rèn luyện, tu dưỡng cũng như tác động từ môi trường sống. Những ai phải sống trong một môi trường không có sự khuyến khích, nuôi dưỡng lòng thương yêu thì rất dễ trở thành những con người khô khan, ít tình cảm. Ngược lại, nếu được sống trong một môi trường ngập tràn sự thương yêu và quan tâm của người khác, bạn sẽ rất dễ phát triển khả năng thương yêu của chính mình.

Tuy nhiên, tác động từ môi trường cũng chỉ là thứ yếu. Điều quan trọng hơn chính là nhận thức từ bản thân ta. Nếu thực sự nhận biết được những giá trị đóng góp của tình thương cho cuộc sống chính mình, ta sẽ có sự nỗ lực tích cực để rèn luyện và phát triển lòng thương yêu. Bằng cách chú ý sao cho từng suy nghĩ, lời nói và hành vi của mình luôn hướng về sự lợi lạc cho người khác, biết quan tâm chia sẻ và cảm thông với người khác, ta sẽ dần dần phát triển được một khả năng thương yêu ngày càng rộng mở. Và điều này sẽ đóng góp vào cuộc sống của chính bản thân ta những giá trị rất lớn lao.

Nhiều người không nhận ra những giá trị đóng góp của tình thương trong cuộc sống. Thậm chí, có người còn bi quan cho rằng, sống với lòng thương yêu rộng mở thì có chăng cũng chỉ là những giá trị thua thiệt. Thực ra hoàn toàn không phải thế. Nếu nhìn thoáng qua, ta sẽ thấy có vẻ như việc ứng xử đầy lòng thương yêu với người khác thường mang lại những thiệt thòi về vật chất cho bản thân ta. Nhưng đó chỉ là một cách nhìn hạn hẹp, không chính xác. Môi trường xã hội của chúng ta bao giờ cũng là một môi trường tương tác, trong đó sự ứng xử của mỗi người cũng chính là tác nhân góp phần trong việc hình thành cung cách ứng xử của người khác. Nói một cách cụ thể, việc bạn quyết định ứng xử như thế nào với một người trước hết thường là chịu ảnh hưởng từ cung cách ứng xử của người đó đối với bạn. Và nếu bạn ứng xử với ai đó theo cách tốt đẹp, chính là bạn đang góp phần tạo ra một phản ứng tích cực từ người đó đối với bạn. Vì thế, xét cho cùng thì tình thương chính là một chất xúc tác vô cùng hiệu quả để mọi người ứng xử tốt đẹp với nhau hơn, và điều này chắc chắn sẽ luôn mang lại những lợi ích lớn lao cho cuộc sống, không chỉ cho bản thân ta mà còn cho cả những người quanh ta.

Trong thực tế, đã có không ít những trường hợp nhờ có sự chuyển hóa của tình thương mà các quan hệ căng thẳng hay xung đột dần trở nên tốt đẹp, mang lại lợi ích thiết thực cho cả đôi bên. Xét từ góc độ đó, nếu ta có thể sống với sự thương yêu và tạo ra được một môi trường thương yêu quanh mình thì đó chính là một giá trị rất lớn lao trong cuộc sống. Trong một chừng mực nhất định, giá trị này sẽ góp phần làm thay đổi phẩm chất cuộc sống của chúng ta.

Giá trị đạo đức

Đạo đức là một khái niệm quen thuộc với hầu hết chúng ta, nhưng lại là một khái niệm có phần mơ hồ, không hoàn toàn rõ nét. Những tiêu chí, chuẩn mực về đạo đức thường không giống nhau ở những nền văn hóa khác nhau, những cộng đồng xã hội khác nhau. Hơn thế nữa, trong mỗi cộng đồng xã hội thì nhận thức về đạo đức của mỗi cá nhân cũng không hoàn toàn giống nhau, bởi điều này thường tùy thuộc vào nền tảng gia đình, giáo dục, tín ngưỡng... mà mỗi cá nhân đã tiếp nhận từ thuở nhỏ.

Tuy nhiên, dù có những khác biệt về chi tiết nhưng nhìn chung thì khái niệm đạo đức luôn bao hàm những tiêu chí giúp cho mỗi chúng ta đều ứng xử tốt hơn trong cộng đồng.

Những tiêu chí đạo đức trong mỗi cộng đồng được thành viên trong cộng đồng đó tán thành và khuyến khích. Những hành vi, tư tưởng đi ngược với các chuẩn mực đạo đức luôn bị phản đối, khinh rẻ, cho dù chúng có thể là không vi phạm vào pháp luật.

Giá trị đạo đức của mỗi chúng ta được xác định qua khả năng tuân thủ, thực hiện theo các tiêu chí, chuẩn mực đạo đức đã được xã hội thừa nhận. Tất nhiên, việc sống theo với các chuẩn mực đạo đức không phải bao giờ cũng dễ dàng. Từ khả năng nhận hiểu một chuẩn mực đạo đức cho đến khả năng sống theo đúng với chuẩn mực đó là một khoảng cách. Lấy ví dụ như sự trung thực chẳng hạn. Mỗi chúng ta đều có thể nhận biết thế nào là trung thực cũng như có thể dễ dàng thừa nhận phẩm chất tốt đẹp này là cần thiết cho một xã hội tốt đẹp. Tuy nhiên, trong từng hoàn cảnh ứng xử cụ thể, một cách sống trung thực có nhiều khi lại là điều không dễ dàng chút nào. Đôi khi bạn có thể thiếu trung thực chỉ do thói quen lâu ngày chưa thể nhất thời từ bỏ. Trong một số trường hợp khác, bạn có thể thiếu trung thực do sự thúc đẩy bởi lòng ham muốn đạt được một điều gì đó. Và trong một số trường hợp khác nữa, sự thiếu trung thực của bạn có thể là kết quả của việc nhân nhượng, nể nang hay thậm chí là sợ sệt người khác... Nếu bạn quả thật có sự nỗ lực hoàn thiện chính mình, rất có thể mỗi ngày bạn sẽ tiến gần hơn đến một nếp sống trung thực, nhưng việc ngay tức thời trở nên một con người trung thực thường là điều rất khó khăn.

Đối với hầu hết các tiêu chí, chuẩn mực đạo đức khác cũng đều như vậy. Trước hết, bạn phải nhận thức được tính đúng đắn của một chuẩn mực đạo đức nào đó, và sau đó phải trải qua một quá trình rèn luyện bản thân để sống theo chuẩn mực đạo đức đó. Nếu không trải qua quá trình như vậy, bạn không thể biến chuẩn mực đạo đức đó trở thành một giá trị đạo đức của chính bản thân mình.

Khi rèn luyện các phẩm chất tốt đẹp để trở thành một con người đạo đức, chúng ta không nhằm mục đích để được người khác ngợi khen, tôn trọng. Thế nhưng, đó hầu như là một kết quả tất nhiên khi bạn thực sự có thể sống theo với các chuẩn mực đạo đức mà xã hội thừa nhận. Vì thế, giá trị đạo đức của mỗi cá nhân vừa là một giá trị do người khác thừa nhận, vừa là một giá trị biểu lộ từ tự thân cá nhân đó. Khi bạn tiếp xúc với một người giàu lòng nhân ái, bạn có thể dễ dàng cảm nhận được phẩm chất tốt đẹp này được biểu hiện rõ nét qua phong cách nói năng hay hành vi ứng xử, nhưng đồng thời bạn cũng có thể nhận biết được giá trị này biểu hiện qua sự yêu mến và kính trọng mà những người chung quanh dành cho người ấy.

Giá trị đạo đức không chỉ ảnh hưởng đến từng cá nhân, mà còn có sức lan tỏa mạnh mẽ đến mọi người chung quanh. Trong bất kỳ cộng đồng xã hội nào, một khi các giá trị đạo đức được nhiều người trân trọng và làm theo, chắc chắn xã hội đó sẽ được chuyển biến theo hướng ngày càng tốt đẹp hơn. Và một xã hội tốt đẹp hơn sẽ tạo điều kiện để cho mọi người trong xã hội ấy có thể dễ dàng rèn luyện và sống theo các chuẩn mực đạo đức. Chính sự tương tác theo hướng này là một trong các động cơ tích cực thúc đẩy sự phát triển xã hội. Ngược lại, dấu hiệu đầu tiên của một xã hội suy thoái thường chính là những biểu hiện suy thoái hay lệch lạc của các tiêu chí, chuẩn mực đạo đức.

Vì thế, việc tu dưỡng và rèn luyện các giá trị đạo đức là một trong những nỗ lực tích cực để nâng cao giá trị đời sống cho bản thân cũng như cho cộng đồng xã hội. Trong mối tương quan với các giá trị tích cực khác, giá trị đạo đức luôn có vai trò thúc đẩy và định hướng. Lấy ví dụ, một con người đạo đức không thể chạy theo những cách kiếm tiền vô đạo đức, cũng không thể phát triển những mối quan hệ xã hội không lành mạnh... Do đó, những giá trị mà người ấy đạt được trong cuộc sống phải luôn phù hợp với những tiêu chí, chuẩn mực đạo đức mà bản thân người ấy cũng như cộng đồng xã hội đã thừa nhận và theo đuổi.

Giá trị cao quý nhất

Tuy có thể tạm nêu ra các giá trị trong đời sống theo từng phạm trù như trên, nhưng thật ra còn có rất nhiều những giá trị khác mà không phải bao giờ chúng ta cũng có sự nhận biết và lưu tâm đúng mức. Mặc dù vậy, tất cả những giá trị khác nhau đều thực sự hiện hữu và cùng góp phần trong việc tạo thành một giá trị chung cho cuộc sống. Nếu nhìn nhận theo cách này, ta sẽ thấy ngay một điều là không có bất kỳ một giá trị nào mà tự thân nó có thể được xem là đáp ứng đầy đủ các nhu cầu trong cuộc sống của chúng ta. Chẳng hạn, cho dù ta luôn phải vất vả lo toan chuyện cơm áo, nhưng nếu sống một đời chỉ để hoàn toàn chạy theo các giá trị vật chất thì hẳn ta sẽ rất khó tìm thấy được chút ý nghĩa gì cao đẹp. Ngược lại, ta cũng không thể suốt ngày ca ngợi đạo đức nhưng lại chẳng có bất kỳ nỗ lực đóng góp cụ thể nào về vật chất cho xã hội. Trong trường hợp đó, dù muốn hay không thì ta cũng đang trở thành một gánh nặng cho cộng đồng, bởi luôn có nhiều người khác phải vất vả làm ra các giá trị vật chất để đáp ứng nhu cầu cơm áo cho chính bản thân ta. Và như vậy, ngay chính cuộc sống của ta đã không thể là một bài học đạo đức cho người khác...

Và bao trùm lên tất cả những giá trị đã được xét đến thì sự sống hay sinh mạng của mỗi chúng ta tự nó là một giá trị cao quý nhất. Khi sự sống chấm dứt thì mọi giá trị khác đều trở thành vô nghĩa. Vì thế, một cuộc sống có ý nghĩa thì trước hết phải là một cuộc sống biết trân quý từng phút giây được sống. Khi biết trân quý sự sống của chính mình và mọi sinh vật quanh mình, ta mới có thể hiểu được thế nào là ý nghĩa của đời sống. Bởi vì, xét cho cùng thì mọi nỗ lực cố gắng của mỗi chúng ta, cho dù là những nỗ lực tinh thần hay thể xác, cũng đều là hướng đến mục đích làm cho mỗi giây phút đang sống của ta luôn được giảm nhẹ khổ đau, đạt đến sự an vui, hạnh phúc.

Nói cách khác, mọi nỗ lực trong đời sống đều hướng đến việc giúp ta trải nghiệm từng phút giây đang sống theo cách tốt đẹp nhất có thể được, và vì thế mà ta phải luôn cảm nhận được mỗi một phút giây như thế đều vô cùng quý giá.

Mục đích cao nhất

Khi xét đến mục đích cao nhất trong cuộc sống là làm thế nào để bớt khổ thêm vui, để có được một đời sống nhiều an vui, hạnh phúc, chúng ta sẽ bắt đầu nhận ra rằng sự đóng góp của mỗi giá trị khác nhau đều có những hạn chế nhất định trong phạm trù của nó, và tất cả đều quy về dưới sự chi phối, dẫn dắt của ý thức như bộ phận chỉ huy tối cao. Cách đây hơn 25 thế kỷ, đức Phật Thích-ca đã nhận biết rõ điều này và có lời dạy trong kinh Pháp cú như sau:

Ý dẫn đầu các pháp,
Ý làm chủ, ý tạo;
Nếu với ý ô nhiễm,
Nói lên hay hành động,
Khổ não bước theo sau,
Như xe, chân vật kéo.

Ý dẫn đầu các pháp,
Ý làm chủ, ý tạo,
Nếu với ý thanh tịnh,
Nói lên hay hành động,
An lạc bước theo sau,
Như bóng, không rời hình.

Kinh Pháp cú
(Kệ số 1 và 2 - HT Thích Minh Châu dịch)

Chỉ trong hai bài kệ ngắn nhưng đức Phật đã đưa ra một nhận thức khái quát và có tính nguyên tắc trong cuộc sống mà không ai có thể làm cho thay đổi khác đi được. Theo đó, "khổ não" hay "an lạc" trong cuộc sống của mỗi chúng ta không được quyết định hoàn toàn bởi việc ta có nhiều hay ít tiền bạc, hoặc có học vị bằng cấp cao hay thấp v.v... mà là được quyết định bởi việc ý thức đã dẫn dắt ta "nói lên hay hành động" theo cách như thế nào. Các giá trị vật chất, tri thức v.v... khi được tạo ra và tích lũy không nhất định là sẽ mang lại cho ta cuộc sống an vui hạnh phúc hay buồn đau khổ não, mà điều đó tùy thuộc vào việc ta tạo ra các giá trị đó theo cách như thế nào, nghĩa là "với ý ô nhiễm" hay "với ý thanh tịnh". Nếu với tâm ý thanh tịnh, hiền thiện, thì mọi giá trị được tạo ra đều sẽ góp phần giúp cho cuộc sống của ta trở nên an vui hạnh phúc hơn. Ngược lại, với tâm ý ô nhiễm, xấu ác, thì những giá trị được tạo ra sẽ không thể nào giúp ta có được sự an vui hạnh phúc, bởi ngay từ sâu thẳm trong tâm hồn ta lúc đó đã có sự ngự trị của những hạt giống buồn đau khổ não.

Nói tóm lại, mỗi một giá trị mà ta tạo ra và tích lũy trong cuộc sống đều có sự góp phần nhất định trong việc tạo thành giá trị chung của đời sống, nhưng tất cả các giá trị ấy đều hướng đến một mục đích cao nhất là kiến tạo một đời sống an vui, hạnh phúc. Và để đạt được mục đích này thì việc quan tâm tu dưỡng, rèn luyện một ý thức hiền thiện lại là yếu tố đóng vai trò quyết định nhất.

Được và mất

Khi nhìn đời sống trong mối quan hệ tổng hòa tất cả các giá trị thuộc nhiều khía cạnh khác nhau, chúng ta dần dần nhận ra sự bất hợp lý của khuynh hướng chạy theo một giá trị duy nhất nào đó, và đặc biệt thường gặp nhất là việc xem trọng một cách thái quá các giá trị vật chất.

Trong tương quan giữa các giá trị khác nhau, rất nhiều khi việc giảm bớt một giá trị này cũng đồng thời là sự tăng thêm một hay nhiều giá trị khác. Và xét từ góc độ này thì khái niệm "được" hay "mất" được gán ghép cho mỗi sự kiện trong đời ta có thể sẽ được hiểu theo một cách khác hơn.

Trong câu chuyện mà Steve Jobs đã chia sẻ cùng chúng ta, nếu nhìn lại theo hướng này ta sẽ thấy ra những điểm mới, có thể giải thích cho ý niệm "được" và "mất" theo một cách hợp lý hơn.

Khi Steve phải bỏ học vì thiếu tiền, cái "mất" của ông là không được học theo trường lớp, nhưng bù lại như chính ông cho biết là đã "được" thêm nhiều thời gian để dành cho việc học cách viết chữ đẹp (thư pháp). Và như vậy, đây chính là cơ hội đã giúp ông tích lũy thêm một giá trị chuyên môn mà trước đây ông chưa có. Việc Steve thôi học ở trường Reed College hóa ra không hẳn chỉ là "mất", mà cũng hàm chứa những cái "được" trong đó. Chính những giá trị ông đã "được" trong giai đoạn này, về sau mới góp phần vào sự sáng tạo các máy tính Macintosh của Apple mang đậm tính nghệ thuật như ông đã kể lại.

Sự kiện ông bị sa thải khỏi công ty Apple cũng là một ví dụ tương tự. Khi bị đẩy ra khỏi Apple, ông tưởng như đã "mất" toàn bộ công ty do ông sáng lập, nhưng chính sự kiện này lại giúp ông "được" một cơ hội tốt để phát huy óc sáng tạo của mình qua việc khai sinh ra 2 công ty mới: Pixar và NeXT. Những gì ông sáng tạo cho Pixar và NeXT trở thành những giá trị quan trọng và nhiều năm sau khi ông trở về với Apple thì chúng sẽ phát huy tác dụng tích cực để giúp công ty này phát triển...

Trong cuộc sống của mỗi chúng ta cũng luôn có không ít những sự kiện mà mới nhìn thoáng qua có vẻ như mất mát, nhưng thực sự lại là những cơ hội quý giá để ta đạt được những giá trị nào đó khác hơn là vật chất. Và như vậy, có thể thấy rằng ý niệm "được" hay "mất" khi gán ghép cho một sự kiện thường rất tương đối và nhiều khi trong thực tế là không thể xác định.

Tuy nhiên, nếu ta sử dụng khái niệm "được" hay "mất" theo một ý nghĩa toàn diện thì sự nhận hiểu có thể sẽ trở nên hợp lý hơn. Vì mục đích cao nhất của mọi giá trị trong đời sống đều là để giúp ta có thể giảm bớt đi những buồn đau khổ não và sống an vui hạnh phúc hơn, nên vấn đề "được" hay "mất" cũng cần phải được hiểu theo hướng này. Hãy lấy ví dụ, khi một sự kiện nào đó có thể giúp ta sống an vui hạnh phúc hơn, ta có thể xem đó là "được", bất kể nó có giúp ta tích lũy thêm hay làm giảm bớt đi các giá trị vật chất. Ngược lại, nếu một sự kiện khiến ta phải buồn đau khổ não và đánh mất những phút giây an vui hạnh phúc, thì sự kiện đó hẳn phải xem là một sự mất mát, cho dù nó có mang lại cho ta nhiều tiền bạc, vật chất...

Trong thực tế, chính những hoàn cảnh tưởng chừng như cực kỳ khó khăn, bế tắc lại thường là điều kiện giúp ta có thể bình tâm tĩnh lặng và quay về soi rọi chính bản thân mình, từ đó dần dần nhận ra được những gì cần phải thay đổi để có một hướng sống mới đúng đắn hơn, tốt đẹp hơn. Sự thay đổi này tuy không nhất thiết phải gắn liền với những thành tựu về vật chất, nhưng sự thật là một khi cách sống của ta được hoàn thiện hơn, tâm trí được thanh thản, sáng suốt hơn, thì những thành công hay thuận lợi trong công việc hầu như bao giờ cũng là những hệ quả tất yếu sẽ theo sau.

Trong những năm cuối thập niên 1970, những khó khăn về kinh tế bao trùm khắp mọi nơi và gia đình tôi cũng không là ngoại lệ. Không tìm ra bất kỳ một phương thức mưu sinh nào khác, tôi đành chọn giải pháp thô sơ nhất là phá rừng làm rẫy theo phương thức tự cung tự cấp. Trong giai đoạn đó, tài sản tích lũy của cả gia đình tôi có thể xem là con số không, bởi ngoài những gì tối cần thiết cho sự tồn tại mỗi ngày thì chúng tôi không có gì khác để gọi là dành dụm cả! Khi buộc phải bước vào một giai đoạn sống như thế, bản thân tôi không thể nào hình dung trước được điều gì có thể gọi là tốt đẹp. Đó thực sự là một giải pháp mưu sinh bằng sức lực của cơ bắp - theo đúng nghĩa đen của từ - trong một điều kiện hầu như thô sơ, lạc hậu nhất, không có sự hỗ trợ của bất kỳ loại máy móc hay nông cụ hiện đại nào. Chúng tôi phá rừng để trồng bắp, khoai mì, đậu xanh... và tự tiêu thụ những gì thu hoạch được bằng cách sử dụng chúng như nguồn lương thực chính quanh năm của gia đình thay vì bán đi. Trong giai đoạn “ngăn sông cấm chợ” đó, thật ra cũng không có lựa chọn nào khác, bởi chỉ cần mang khoảng 5 đến 10 kg đậu xanh đi trên đường cũng đủ để có thể bị xem là phạm pháp và dễ dàng bị “quản lý thị trường” tịch thu mất.

Điều tôi hoàn toàn không ngờ được là chỉ sau một thời gian ngắn để thích nghi với môi trường mới, tôi đã bắt đầu có những ngày tháng hết sức êm đềm, thanh thản. Buông xả mọi lo âu, tính toán, cuộc sống bỗng trở nên cực kỳ đơn giản và an ổn. Mọi tác nhân gây xáo trộn trong đời sống đều vắng bặt, và 24 giờ trong ngày của tôi trở nên cực kỳ êm ả. Những buổi sáng sớm cuốc cỏ hay vun gốc giữa đám bắp xanh um chỉ vừa cao ngang đầu gối, tôi ngắm nhìn những hạt sương đêm còn long lanh chưa tan trên lá, xa xa về phương đông mặt trời vẫn chưa lố dạng, nhưng đã bắt đầu ửng lên một màu hồng tươi sáng phía trên những rặng cây rừng. Khi ấy, tôi chợt thấy mình như hòa nhập hoàn toàn với cả thiên nhiên, với nguồn sống bao la trong toàn vũ trụ, mà cái vũ trụ bao la rộng lớn đó lại như rất gần gũi và thân thiết với từng thân cây xanh bé nhỏ đang vùn vụt lớn lên từng ngày với sự chăm sóc của chính tôi.

Buổi tối, trước khi đi ngủ tôi thường ra nằm trên cái sạp tre lớn trước nhà, được ghép bằng những thân tre rừng chẻ ra và trải lên một bộ khung thô sơ cũng bằng cây rừng. Hồi đó tôi còn chưa biết cách chẻ tre thành nan để đan lại thành tấm xinh xắn như sau này. Nhưng cái sạp tre đơn sơ ấy đã rất gắn bó với tôi, cũng thân thiết như bất kỳ người bạn thân thiết nào đã từng cùng tôi chia sẻ tâm tình. Trong không gian tịch mịch về đêm của một vùng rẫy rừng hoang vắng, tôi nằm trên sạp tre, ngửa mặt ngắm nhìn vô số những vì sao nhấp nháy giữa bầu trời đêm sâu thẳm, thấy lòng mình cũng trải rộng ra mênh mông như cái vũ trụ vô hạn mà tôi đang quan sát. Những lúc ấy, một mặt tôi vừa thấy mình như hết sức nhỏ bé, mất hút đi trong sự lớn rộng vô cùng của đất trời tĩnh mịch, nhưng mặt khác tôi lại cũng thấy mình như đang dần dần hòa nhập, đồng điệu với cả vũ trụ bao la mà tôi đang cảm nhận. Trong tôi lúc đó hoàn toàn vắng bặt những suy tư hỗn tạp, không một chút vướng bận về những ký ức đã qua hay vẩn vơ nghĩ đến tương lai như thói quen trước đó. Tôi cảm nhận rõ rệt một trạng thái an tĩnh khó tả và tâm thức trở nên trong sáng, an ổn lạ thường. Tôi còn nhớ, chính vào một trong những lần tâm thức trở nên an tĩnh và sáng suốt như thế, tôi đã bất chợt nhận ra rằng sự bình an của chúng ta không có được bằng cách chấm dứt mọi sự gây rối từ bên ngoài, mà thực ra là chỉ có được khi bản thân ta thôi không còn tự gây rối chính mình.

Trải qua một thời gian, môi trường xã hội rồi cũng nhiều thay đổi. Tôi không còn phải sống mãi trong môi trường "rừng rú" như thế vì đã có thêm nhiều lựa chọn khác. Tuy nhiên, trong những giai đoạn sau này khi mở trường dạy học hay làm những công việc viết lách, dịch thuật, biên soạn, khảo cứu... tôi vẫn không bao giờ quên được những ngày tháng êm đềm thuở ấy. Trong thực tế, có rất nhiều giá trị tri thức và kinh nghiệm sống của bản thân tôi đã được tích lũy trong chính giai đoạn ấy.

Trong chúng ta, hẳn không ít người đã từng trải qua những tình huống tương tự. Thế nhưng, đôi khi chúng ta vì quá chú trọng vào những thay đổi về vật chất mà không lưu tâm nhận ra được các giá trị khác. Chúng ta than phiền hay buồn bực vì những mất mát về tài sản, tiền bạc và vì thế không nhận ra để tiếp thu được những giá trị quý báu khác mà cơ hội đời sống mang đến cho ta. Bằng cách nào đó, cuộc sống dường như luôn vận hành theo một quy luật bù trừ. Bản năng sinh tồn buộc chúng ta phải phát triển một số giá trị nào đó khi một số giá trị khác mất đi hay suy giảm. Hơn thế nữa, những điều kiện bất lợi cho sự phát triển của một giá trị này lại thường là cơ hội thuận lợi cho sự phát triển của một hay nhiều giá trị khác. Chính điều này giải thích vì sao cuộc sống luôn đáng trân quý cho dù chúng ta có rơi vào bất kỳ hoàn cảnh nào.

Những cái "được" và "mất" luôn đan xen nhau trong đời sống, nhưng vượt lên trên tất cả bao giờ cũng là một cái "được" quý báu nhất, đó là sự sống mà ta đang có. Vì thế, mục tiêu cao nhất đặt ra cho mỗi chúng ta bao giờ cũng phải là hướng đến sự hoàn thiện đời sống của chính mình, và sự hoàn thiện được nói đến ở đây cần phải được hiểu như là việc đạt đến một cuộc sống ngày càng an vui, hạnh phúc hơn.

Hãy rộng mở tâm hồn

Việc đạt đến một cuộc sống ngày càng an vui hạnh phúc hơn là điều mà bất cứ ai trong chúng ta cũng luôn mong muốn. Tuy nhiên, đó không phải là món quà tự nhiên để bất cứ ai cũng có thể nhận được. Đó là kết quả của cả một quá trình nỗ lực đúng hướng và có phương pháp đúng đắn. Trong suốt cuộc đời mình, tất cả chúng ta luôn không ngừng nỗ lực tìm kiếm hạnh phúc, nhưng khi không chọn đúng phương pháp thì chúng ta không thể nào đạt được kết quả như mong muốn.

Một số người - thường là khá đông - nhận thức rằng tài sản vật chất là điều kiện quyết định để có được hạnh phúc. Vì thế, theo họ thì phương pháp để có hạnh phúc là phải làm ra và tích lũy ngày càng nhiều tài sản, của cải. Thật ra, trở nên giàu có là điều có thể làm được, nhưng liệu kết quả rồi có đúng như ta mong muốn hay không? Liệu sau khi có được thật nhiều tài sản tích lũy rồi, ta có thực sự sẽ có một đời sống an vui hạnh phúc hay chăng?

Một số người khác xem quyền lực là yếu tố quan trọng hơn để có được hạnh phúc. Với họ, quyền lực không những có thể giúp người ta có được tài sản vật chất mà còn là nhiều thứ khác nữa, chẳng hạn như sự chi phối, sai khiến người khác. Từ sức mạnh có được từ quyền lực, họ nghĩ rằng chắc chắn họ sẽ có được cuộc sống hạnh phúc. Nhưng thực tế có đúng vậy chăng?

Phần lớn những người chọn con đường chạy theo tài sản vật chất hoặc quyền lực để tìm kiếm hạnh phúc thường là những người có phần nào đó vượt trội hơn người khác, chẳng hạn như về mưu trí, sự khôn khéo, kỹ năng hay tài nghệ, hay ít nhất thì họ cũng may mắn được sinh ra trong một môi trường thuận lợi. Dựa vào những ưu điểm sẵn có của mình, họ mới có thể đạt được mục tiêu làm giàu hoặc tranh chấp quyền lực. Những người bình dân chiếm đa số trong xã hội thường không có tham vọng như thế, nhưng điều đó không có nghĩa là họ không khát khao, mong muốn được sống hạnh phúc hơn. Sự khát khao mong muốn này là giống nhau ở tất cả mọi người. Vì thế, những người tự biết mình không có được những ưu điểm hay khả năng vượt trội hơn người khác thường sẽ chọn những phương cách đơn giản hơn để tìm kiếm hạnh phúc.

Thông thường, người ta hay quan niệm về hạnh phúc như một thứ "tài nguyên" có giới hạn, và vì thế nên muốn có được hạnh phúc thì trước hết cần phải ngăn chặn những người khác, hay nói cách khác là phải "giành giật" phần hạnh phúc về mình từ người khác. Chính quan niệm sai lầm này đã thôi thúc ta chạy theo khuynh hướng luôn xem người khác là "đối thủ" thay vì là bằng hữu.

Với quan niệm này thì để tìm kiếm hạnh phúc cho bản thân, người ta luôn chọn những phương cách ứng xử theo khuynh hướng sao cho lúc nào mình cũng phải là người "thắng thế" hơn người khác. Có thể dễ dàng nhận ra đây chính là khuynh hướng phổ biến nhất, cho dù ngay chính những người bị lôi cuốn theo khuynh hướng này thường cũng không tự nhận biết điều đó. Đôi khi, người ta bị thôi thúc phải ứng xử theo khuynh hướng này như một kiểu phản xạ tự nhiên, không cần phán đoán, suy luận, và thậm chí có khi cũng không hiểu được ý nghĩa thực sự trong việc làm của mình.

Có thể bạn chưa tin điều này, nhưng hãy thử quan sát những gì đang xảy ra quanh bạn mỗi ngày để tự đưa ra kết luận. Tại phòng khám bệnh chẳng hạn, thay vì cảm thông nhau như những người đồng cảnh ngộ, người ta không ngừng chen lấn nhau để được quan tâm trước. Tại quầy bán vé xe, người ta xô đẩy nhau để giành mua vé trước, cho dù khi mua vé sớm hơn rồi vẫn cứ phải ngồi chờ đến đúng giờ xe xuất bến. Tại trạm xe buýt, dù biết là tài xế sẽ không bỏ sót bất cứ người khách nào muốn đi, nhưng người ta vẫn chen lấn nhau để lên xe trước. Ở phiên chợ chiều, người bán rau già yếu đã chấp nhận bán những bó rau cuối cùng thấp hơn cả giá vốn, nhưng người mua vẫn cứ kì kèo để có thể mua được với giá thấp hơn nữa...

Trong hầu hết những trường hợp như thế và nhiều trường hợp khác nữa, cái khuynh hướng muốn "hơn người khác" luôn chi phối sự ứng xử của chúng ta, khiến ta thậm chí không dành thời gian để suy nghĩ xem những điều đó có nên làm hay không, có phù hợp với các chuẩn mực đạo đức hay không... Điều duy nhất tiềm ẩn phía sau sự thôi thúc như thế là ý tưởng cho rằng: đó chính là phương cách để ta có được hạnh phúc trong đời sống. Hay nói khác đi, chúng ta tin rằng nếu không "hơn người khác" thì ta sẽ không có được hạnh phúc.

Nhưng thực tế có đúng vậy chăng?

Những gì quan sát được trong cuộc sống cho chúng ta thấy rằng những quan niệm như trên đều không đúng thật. Chúng ta dễ dàng tìm thấy rất nhiều người giàu có nhưng cuộc sống vẫn bộc lộ vô vàn những khổ đau, bất toại nguyện. Đơn giản chỉ là vì có rất nhiều điều chúng ta mong muốn nhưng hoàn toàn không thể mua bằng tiền bạc. Cũng vậy, những người nhiều quyền thế đến đâu cũng không đảm bảo có được một cuộc sống hạnh phúc, vì họ chưa bao giờ được miễn trừ khỏi các nguyên nhân gây đau khổ từ chính trong tâm thức họ.

Sự chèn ép, lấn lướt hay tinh ranh để "hơn người khác" cũng không bao giờ mang lại cho ta hạnh phúc chân thật. Có vẻ như ta được thỏa mãn tức thời với những thành tựu của mình khi "thắng thế" so với người khác, nhưng những gì ta có được sau đó thật ra chẳng liên quan gì nhiều đến cái hạnh phúc thực sự mà ta đang tìm kiếm. Ngược lại, điều chắc chắn hơn mà ta phải nhận lấy lại thường là tâm trạng mệt mỏi, căng thẳng và hụt hẫng khi những mối quan hệ xấu dần đi do sự đối đầu.

Trong khi thực tế là tất cả chúng ta đều khao khát, mong muốn được sống hạnh phúc, thì điều rất đáng buồn là do những nỗ lực tìm kiếm hạnh phúc theo phương thức sai lầm mà chúng ta ngày càng xa rời mục tiêu nhắm đến. Thay vì được sống hạnh phúc thì sau bao nhiêu nỗ lực bon chen vất vả, ta lại thường cảm nhận một đời sống ngày càng rối rắm, phiền muộn hơn.

Vì thế, điều quan trọng cần nhận biết ở đây là, chúng ta cần có một phương thức đúng đắn để tìm kiếm hạnh phúc. Phương thức đó nhất thiết phải giúp ta có được nhiều hơn những phút giây an vui hạnh phúc trong đời sống theo hướng tỷ lệ thuận với những nỗ lực của ta trong sự thực hành.

Nhưng liệu trong thực tế có thể có một phương thức như thế hay chăng?

Câu trả lời là có, và thậm chí là còn có nhiều phương thức khác nhau để ta có quyền lựa chọn. Trong thực tế, có rất nhiều phương thức giúp ta có được cuộc sống hạnh phúc đã được tìm ra từ cách đây hơn 25 thế kỷ. Người đầu tiên đã nhận biết và mô tả, truyền dạy những phương thức ấy cho nhân loại chính là đức Phật Thích-ca Mâu-ni, người khai sinh ra đạo Phật trên hành tinh này.

Trong suốt cuộc đời Ngài, đức Phật đã để lại vô số lời dạy, được ghi chép trong Tam tạng Kinh điển đồ sộ của đạo Phật, hiện đã và đang được dịch sang nhiều ngôn ngữ khác nhau trên thế giới. Toàn bộ những lời dạy của Ngài, tuy hết sức đa dạng và hướng đến nhiều tầng lớp khác nhau trong xã hội, nhưng tất cả đều có cùng một mục đích chung là giúp cho con người có được một đời sống an vui, hạnh phúc hơn, giảm nhẹ tối đa những khổ đau, rối rắm trong cuộc sống. Những lời dạy của đức Phật được hệ thống thành nhiều phương pháp khác nhau để mỗi người đều có thể chọn thực hành theo phương pháp thích hợp với mình. Cho dù tất cả những phương pháp ấy đều hướng đến cùng một mục đích, nhưng do sự khác biệt trong cách thực hành nên đã hình thành nhiều tông phái, hệ phái khác nhau trong Phật giáo.

Trong số rất nhiều các phương pháp khác nhau đó, Phật giáo Đại thừa nhấn mạnh vào sự phát tâm Bồ-đề như một bước khởi đầu căn bản và quan trọng nhất trên hành trình hướng đến một cuộc sống an vui, hạnh phúc chân thật, hay theo cách nói của đạo Phật là sự giải thoát khỏi mọi phiền não.

Thuật ngữ "phát tâm Bồ-đề" có thể hơi xa lạ với những ai chưa có dịp làm quen nhiều với Kinh điển Phật giáo. Tuy nhiên, đây lại là khái niệm rất quen thuộc và cực kỳ quan trọng đối với bất cứ ai muốn tìm hiểu hoặc tu tập theo Phật giáo Đại thừa. Thế nhưng, trước khi tìm hiểu về khái niệm "phát tâm Bồ-đề", rất có thể nhiều bạn đọc sẽ thắc mắc vì sao lại đề cập đến khái niệm này ở đây, và nó có liên quan gì đến một phương pháp sống hạnh phúc?

Trong một phần trước, chúng ta đã biết rằng tâm ý con người đóng vai trò quyết định trong việc tìm kiếm một đời sống an vui hạnh phúc. Chúng ta thấy rằng:

"Nếu với ý thanh tịnh,
Nói lên hay hành động,
An lạc bước theo sau,
Như bóng không rời hình."

Đây chính là một trong các phát kiến quan trọng của đức Phật khi nhìn vào vấn đề hạnh phúc hay khổ đau của con người. Ngài đã sớm nhận biết rằng mọi yếu tố đến từ bên ngoài chỉ có thể giữ vai trò tác động một cách tương đối chứ không phải là tác nhân quyết định cuộc sống hạnh phúc của chúng ta. Tác nhân quyết định chính là ý thức, hay tâm ý. Đức Phật dạy rằng, khi ta có thể hành xử với một tâm ý hiền thiện, thanh tịnh, thì sự an vui hạnh phúc chắc chắn sẽ đến với ta ngay sau đó như một hệ quả tất yếu: *như bóng không rời hình*. Điều này không phải là một nhận xét chủ quan theo cảm tính, mà tính đúng đắn của nó đã được chứng minh qua kinh nghiệm thực tiễn của nhân loại hàng ngàn năm qua, và gần đây nhất cũng được chứng minh bằng những phương pháp khoa học hiện đại nhất tại các Hội thảo Tâm thức và Đời sống (Mind and Life Conference) do Viện Tâm thức và Đời sống (Mind and Life Institute) tổ chức, bao gồm các nhà khoa học hàng đầu thế giới về các lãnh vực liên quan như Thần kinh học, Tâm lý học...[1] và nhiều vị cao tăng Phật giáo Tây Tạng mà đứng đầu là đức Đạt-lai Lạt-ma thứ 14. Qua các Hội thảo khoa học này, những người tham gia đã đi đến nhiều kết luận quan trọng cho thấy vai trò quyết định của tâm thức trong việc định hình đời sống của mỗi chúng ta theo cách như thế nào. Đây chính là nội dung mà đức Phật đã dạy từ cách đây hơn 25 thế kỷ.

Và chính trên cơ sở nhận biết vai trò quyết định của tâm

---

[1] Nhà Thần kinh học nổi tiếng thế giới Francisco Varela (1946-2001) đã cùng với một người khác là Adam Engel khởi xướng các chương trình nghiên cứu về Tâm thức và Đời sống từ năm 1985. Trong số đó, có các Hội thảo khoa học về Tâm thức và Đời sống được tổ chức kể từ năm 1987 (lần thứ nhất) và tiếp tục duy trì khá đều đặn cho đến nay. Hội thảo gần đây nhất là lần thứ 20 được tổ chức từ ngày 9 đến 11 tháng 4 năm 2010 tại Zurich, Switzerland. Hầu hết nội dung quan trọng của các Hội thảo khoa học này đều được xuất bản thành sách bằng Anh ngữ. Quý độc giả có thể tìm đọc sách Sống một đời vui của Mingyur Rinpoche (Nguyễn Minh Tiến và Giao Trinh dịch sang tiếng Việt - NXB Tôn giáo, 2012) để biết thêm về các Hội thảo khoa học này cũng như những phương thức tu tập trong cuộc sống hằng ngày do ngài Mingyur Rinpoche chỉ dạy bằng vào những kinh nghiệm thực chứng của ngài.

thức trong việc quyết định phẩm chất đời sống, đức Phật đã dạy chúng ta hãy phát tâm Bồ-đề như một biện pháp trước tiên và quan trọng nhất để khởi đầu cho việc chuyển hóa tâm thức theo hướng tốt đẹp hơn. Theo lời dạy của Ngài, việc phát tâm Bồ-đề bao gồm 2 ý nghĩa cốt lõi như sau:

1. Do suy ngẫm, quán chiếu, chúng ta nhận biết được bản chất của đời sống thế tục là đau khổ, được biểu hiện qua nhiều hình thức khác nhau, nhưng không có ai trong đời này được miễn trừ khỏi mọi khổ đau, trừ phi họ đã tự mình chấm dứt hoàn toàn các nguyên nhân gây khổ đau. Từ nhận thức đó, ta khởi tâm thương cảm đối với tất cả chúng sanh đang khổ đau và mong muốn cứu giúp họ thoát ra khỏi hiện trạng khổ đau ấy.
2. Chúng ta cần phải có đủ trí tuệ và phương tiện mới có thể cứu giúp tất cả chúng sanh bằng cách chỉ ra cho họ thấy mọi nguyên nhân gây khổ đau cũng như tiềm năng sẵn có của họ là có thể chấm dứt khổ đau, đạt đến sự giải thoát, an lạc. Để có được trí tuệ viên mãn và phương tiện thiện xảo nhằm cứu giúp tất cả chúng sanh, chúng ta chỉ có một phương cách duy nhất là tu tập để tự mình đạt đến giác ngộ viên mãn, trở thành một vị Phật. Do sự thôi thúc của động cơ này mà chúng ta phát tâm tự mình tu tập đạt đến quả Phật vì sự lợi lạc cho tất cả chúng sanh.

Trong nội hàm nói trên, ý nghĩa của việc phát tâm Bồ-đề tuy được chia thành 2 vế tiếp nối nhau nhưng thật ra là quan hệ chặt chẽ như một vấn đề duy nhất. Nội dung của vế thứ nhất *(phát khởi tình thương đối với tất cả chúng sanh)* chính là nguyên nhân, động lực thúc đẩy đưa đến vế thứ hai *(phát tâm cầu quả Phật)* và nội dung của vế thứ hai lại chính là phương tiện để ta có thể thực hiện vế thứ nhất.

Trong nội dung của cả 2 vế này, chúng ta nhận ra ý nghĩa nổi bật chính là tâm vị tha, hướng đến sự lợi lạc cho người khác thay vì bản thân mình.

Thật ra, tâm vị tha cũng chính là ý nghĩa cốt lõi của sự chuyển hóa tâm thức mà ta đang bàn đến.

Khi quán chiếu về những khổ đau trong đời sống, ta luôn nhận biết được những khổ đau ấy trước hết là nơi chính bản thân mình. Từ sự nhận biết khổ đau của tự thân, ta tiếp tục quán chiếu và nhận ra rằng mọi chúng sanh khác cũng đều khổ đau như ta, thậm chí có vô số chúng sanh đang phải chịu đựng những nỗi khổ đau còn mãnh liệt hơn ta rất nhiều.

Kết quả sự quán chiếu như trên đưa ta đến với 2 sự lựa chọn. Lựa chọn thứ nhất là phát tâm tinh tấn tu tập để tự mình chấm dứt khổ đau, thoát khỏi sinh tử luân hồi. Lựa chọn thứ hai là khởi lòng thương xót tất cả chúng sanh đang khổ đau, và do sự thôi thúc của lòng thương đó mà quyết tâm tu tập giải thoát để có thể cứu giúp tất cả chúng sanh.

Lựa chọn thứ nhất chính là con đường của các vị Thanh văn, Duyên giác, hướng đến các quả vị A-la-hán hoặc Bích Chi Phật.

Lựa chọn thứ hai là con đường của các vị Bồ Tát, hướng đến quả Phật vì muốn cứu độ tất cả chúng sanh.

Cho dù cả 2 con đường đều hướng đến mục đích giải thoát, nhưng sự phát tâm có khác nhau nên dẫn đến khuynh hướng tu tập cũng có phần khác nhau.

Trong sự lựa chọn thứ hai, việc cứu độ tất cả chúng sanh có thể là còn quá xa vời đối với hầu hết chúng ta, nhưng sự khác biệt giữa tâm vị tha với tâm vị kỷ thì bất kỳ ai trong chúng ta cũng có thể dễ dàng cảm nhận được. Và đây cũng chính là yêu cầu cốt lõi đối với những ai đã phát tâm Bồ-đề.

Tất nhiên, việc phát tâm Bồ-đề không thể tức thời mang đến cho ta bất kỳ sự thành tựu hay phép mầu kỳ diệu nào, nhưng chính sự thay đổi từ *khuynh hướng vị kỷ* sang *khuynh hướng vị tha* sẽ bắt đầu khơi dậy một tiến trình chuyển hóa trong tâm thức chúng ta, và tự thân sự chuyển hóa đó đã là một điều vô cùng kỳ diệu.

Thông thường, khuynh hướng vị kỷ luôn thôi thúc chúng ta hành xử theo cách sao cho kết quả sự việc phải có lợi cho ta theo những phép tính toán cụ thể hoặc có thể nhìn thấy, đo đếm, cảm nhận được. Chẳng hạn, trong mọi giao dịch với người khác, ta vận dụng bất kỳ phương thức nào miễn sao có được mức chênh lệch lợi nhuận cao nhất, bất kể sự thiệt thòi của đối phương có hợp lý hay không. Ta hài lòng khi những tính toán của ta cho thấy mình giành được phần lợi nhuận cao hơn đối phương. Và khi ta đang phải chịu đựng khổ đau, ta tìm mọi cách để tránh né, bất kể điều đó có gây ra hệ lụy cho người khác hay không. Khi ta giận dữ, ta tìm cách trút cơn giận lên bất kỳ ai đó, vì ta tin rằng điều đó sẽ giúp ta cảm thấy dễ chịu hơn...

Nhưng thực tế thường không diễn ra như ta mong muốn. Những giao dịch "có lợi" theo cách chỉ biết riêng phần mình thường chính là nguyên nhân dẫn đến nhiều khó khăn về sau, bởi điều đơn giản là không ai muốn hợp tác lâu dài với ta theo cách đó. Mặt khác, càng vùng vẫy né tránh khổ đau, ta càng lún sâu trong đau khổ thay vì thoát ra như mong muốn. Và những cơn nóng giận chẳng bao giờ nguôi đi khi ta "hùng hổ" với người khác, mà ngược lại thường khơi dậy những phản ứng tương tự nơi đối phương, dẫn đến rất nhiều bất lợi mà ta không sao lường trước được...

Ngược lại, khuynh hướng vị tha thôi thúc ta hành xử theo chiều hướng hoàn toàn ngược lại. Ta luôn cân nhắc những điều có lợi cho người khác trước khi tính đến lợi ích của riêng mình, và điều này trong thực tế lại là một cách ứng xử khôn ngoan hơn. Một người hành xử theo khuynh hướng vị tha luôn giành được cảm tình cũng như sự kính trọng từ người khác, và trong hầu hết các trường hợp giao tiếp thì đây lại chính là yếu tố quan trọng quyết định sự thành công, vì nó có khả năng san bằng mọi khác biệt một cách hiệu quả nhất.

Mặt khác, khi bạn nghĩ đến những khổ đau của người khác thay vì khổ đau của bản thân mình, sự cảm thông và tình thương lớn dần lên trong lòng bạn, khiến cho nỗi khổ đau hiện có của bạn trở nên yếu ớt đi, không còn mạnh mẽ như trước đó, thậm chí có rất nhiều khi nỗi khổ ấy bỗng tự nhiên tan biến đi vì bạn không còn chú ý đến nó.

Có vẻ như một nghịch lý khi bạn càng chú ý đến những khổ đau hay bất toàn của mình thì những điều ấy lại càng tăng thêm cường độ, ngày càng mãnh liệt hơn. Nhưng thực tế này thật ra là hoàn toàn phù hợp với những quy luật về tâm lý, vì chính sự quan tâm chú ý đã cường điệu hóa mọi cảm nhận của bạn cũng như phóng đại các chi tiết của vấn đề, khiến cho chúng trở nên ngày càng rõ rệt hơn và có vẻ như không thể nào phớt lờ đi được. Ngược lại, khi lòng vị tha thôi thúc bạn nghĩ nhiều đến hoàn cảnh của người khác thay vì chính bản thân mình, thì điều tự nhiên là những bất ổn của bạn sẽ ngày càng mờ nhạt đi vì đã bị đẩy ra khỏi tâm điểm chú ý của bạn. Như một quy luật tất yếu, chúng sẽ dần dần yếu ớt và rồi biến mất đi khi không nhận được sự quan tâm chú ý của bạn.

Bất cứ ai đã từng trải nghiệm qua nhiều hoàn cảnh khác nhau trong cuộc sống đều có thể dễ dàng nhận ra một điều là, khi tâm thức càng hẹp hòi, giới hạn, ta sẽ càng cảm thấy yếu ớt, dễ tổn thương, và do đó luôn sống trong tâm trạng sợ sệt, bất an và lo lắng; ngược lại, khi tâm thức càng rộng mở, cảm thông với mọi người, ta càng cảm thấy an ổn và vững chãi, dường như không có gì để phải lo âu sợ sệt trong cuộc sống. Điều này có thể được giải thích như là kết quả của sự vượt qua sức chi phối do tâm lý *"cầu được, sợ mất"* mà ở những điều kiện thông thường ta luôn đắm chìm trong đó.

Tâm hồn rộng mở mang lại cho chúng ta khả năng chịu đựng phi thường trong mọi nghịch cảnh, cũng như sức mạnh và lòng dũng cảm đủ để vượt qua những chướng ngại trên đường đời. Ta có thể dễ dàng nhận thấy điều này ở những thành viên của các tổ chức thiện nguyện như Hồng Thập Tự (ICRC - International Committee of the Red Cross), Bác sĩ Không biên giới (MSF - Médecins sans frontières) hay bất kỳ những tổ chức thiện nguyện nào khác... Họ không ngại gian khổ, chấp nhận xông pha cả vào những vùng chiến sự đầy nguy hiểm, chỉ nhằm mục đích duy nhất là cứu giúp, làm vơi đi khổ đau cho người khác. Điều kiện vật chất đối với họ chỉ là phương tiện hỗ trợ, trong khi sức mạnh của họ chính là lòng vị tha, là tâm hồn rộng mở luôn hướng về người khác.

Thật ra, tâm hồn rộng mở luôn sẵn có nơi mỗi chúng ta, chỉ khác biệt nhau ở mức độ và đối tượng mà thôi. Khi ta bị chi phối bởi những tâm trạng tham lam, thù hận, ganh ghét... tâm hồn ta luôn trở nên chật hẹp, giới hạn. Điều này dẫn đến mọi hành vi ứng xử của ta đối với những người mà ta căm ghét, thù hận sẽ luôn luôn biểu lộ rõ rệt sự hẹp hòi, khắt khe, ích kỷ. Mặc dù bản thân ta khó lòng tự nhận biết, nhưng sự quan sát khách quan từ người khác luôn dễ dàng nhận ra điều đó. Ngược lại, khi sinh khởi những tình cảm thương yêu, vị tha, chia sẻ... tâm hồn ta sẽ tự nhiên rộng mở, cảm thông, hướng thiện. Điều này dẫn đến mọi hành vi ứng xử của ta đối với những người ta thương yêu sẽ luôn có khuynh hướng hy sinh, rộng mở và tha thứ. Một người phụ nữ dù có hẹp hòi khó chịu đến đâu đi chăng nữa, nhưng khi đối xử với con cái mình vẫn luôn có khuynh hướng thương yêu, rộng mở hơn... Tương tự, khi bạn nghĩ đến một người mà bạn rất thương yêu, bạn sẽ thấy tâm hồn mình tự nhiên rộng mở và rất dễ cảm thông, ngay cả với những điều không tốt của người ấy...

Vì thế, xét cho cùng thì sự khép chặt hay rộng mở tâm hồn của chúng ta trong tâm lý ứng xử thông thường bao giờ cũng là một kiểu phản ứng có điều kiện, có chọn lọc, tùy theo đối tượng mà ta đang tiếp cận. Và điều này hoàn toàn có thể thay đổi thông qua sự tu dưỡng rèn luyện nội tâm.

Khi quan sát những phản ứng tự nhiên của bản thân mình trong sự ứng xử thường ngày, ta dễ dàng nhận ra được những phạm vi rộng mở khác nhau của tâm hồn. Như đã nói, khi ta nghĩ đến những người mà ta thương yêu, quý mến hoặc kính trọng, tâm hồn ta tự nhiên rộng mở. Ngược lại, khi ta nghĩ đến những người mà ta đang giận hờn, thù hận, căm ghét, tâm hồn ta bỗng trở nên khép chặt, hẹp hòi... Mức độ rộng mở hay khép chặt của tâm hồn chịu sự chi phối trực tiếp bởi mức độ tình cảm mà ta dành cho đối tượng. Tình cảm càng mãnh liệt, sâu sắc thì sự chi phối đó càng mạnh mẽ hơn, khiến cho ta nhiều khi không tự chủ được trong những hành vi ứng xử của chính bản thân mình. Chính vì thế, khi nuôi dưỡng lòng vị tha hướng đến sự lợi lạc của tất cả mọi người, tâm hồn ta sẽ rộng mở đến mức hầu như không còn giới hạn.

Đến đây, chúng ta có thể nhận ra hai nguyên tắc mang tính phổ quát trong đời sống nội tâm của mỗi người. Nguyên tắc thứ nhất là, cảm xúc chi phối trạng thái tinh thần của chúng ta; những cảm xúc như giận dữ, căm ghét, thù hận... làm cho tâm hồn ta khép chặt, trong khi những tình cảm như thương yêu, cảm thông, quý mến... lại giúp tâm hồn ta rộng mở hơn. Nguyên tắc thứ hai là, một tâm hồn rộng mở luôn mang lại cho ta niềm vui sống, nghị lực và sức mạnh tinh thần; ngược lại, một tâm hồn khép chặt biến ta thành người hẹp hòi, yếu đuối, nhiều sợ sệt và đánh mất niềm vui sống.

Sự tu dưỡng, rèn luyện tinh thần của chúng ta cho dù

có chọn theo phương pháp nào thì thật ra cũng đều là dựa trên hai nguyên tắc vừa nêu. Nếu ta buông thả đời sống theo khuynh hướng vị kỷ, sự rộng mở tâm hồn của ta sẽ vô cùng hạn chế, chỉ hướng đến một số người thân yêu nhất định nào đó mà thôi. Nhưng khi ta nỗ lực xóa bỏ dần những tâm trạng tham lam, giận hờn, ganh ghét, thù hận... và nuôi dưỡng lòng thương yêu, sự cảm thông, chia sẻ với tất cả mọi người theo khuynh hướng vị tha, tâm hồn ta sẽ tự nhiên rộng mở hơn và cuộc sống do đó sẽ dần dần tràn ngập niềm an vui hạnh phúc.

Toàn bộ tiến trình thay đổi, chuyển hóa này diễn ra hoàn toàn tự nhiên khi ta bắt đầu có những nỗ lực đúng hướng. Và khi đã tạo ra được những chuyển biến tích cực ban đầu, những nỗ lực tu dưỡng của ta sẽ bắt đầu trở nên dễ dàng hơn, do những thói quen xấu từ trước được xóa bỏ dần và những thói quen mới, những nếp suy nghĩ mới theo khuynh hướng cởi mở, hướng về người khác nhiều hơn cũng dần dần được hình thành. Hơn thế nữa, trong một chừng mực nhất định thì những chuyển biến tích cực của tự thân chúng ta cũng sẽ ảnh hưởng đến mọi người chung quanh, khiến cho môi trường sống của ta ngày càng trở nên tốt đẹp hơn.

Trong một ý nghĩa nào đó, tâm hồn chúng ta có thể được hình dung như một căn phòng khép kín. Khi những cánh cửa thông ra bên ngoài được mở rộng, ta sẽ dễ dàng đón nhận ánh sáng và những cơn gió mát từ bên ngoài, nhờ đó làm cho căn phòng được thoáng mát, dễ chịu, ta có thể tha hồ ngắm nhìn những tranh ảnh, vật dụng được bày biện, trang trí trong phòng. Ngược lại, khi những cánh cửa luôn nặng nề khép chặt, căn phòng sẽ chìm trong sự tối tăm, ngột ngạt, và mọi giá trị tốt đẹp nếu có cũng không sao có thể nhận biết được.

Việc khép chặt hay rộng mở tâm hồn là quyết định riêng của mỗi người trong chúng ta, và quyết định đó tự nó có thể tạo ra sự thay đổi lớn lao cho cuộc sống của chính ta cũng như cho mọi người quanh ta. Tất nhiên, không ai muốn sống mãi trong một căn phòng tối tăm ngột ngạt, nên việc rộng mở tâm hồn bao giờ cũng là một quyết định sáng suốt, cho dù đó không hẳn là một quyết định dễ dàng.

Những phân tích như trên đưa chúng ta quay lại với ý nghĩa của việc phát tâm Bồ-đề như đức Phật đã dạy. Khi khởi tâm thương cảm trước những khổ đau của muôn loài và quyết định tu tập thành Phật để có đủ năng lực cứu giúp tất cả chúng sanh, chúng ta khởi sinh tâm nguyện vị tha ở mức độ sâu xa, rộng lớn nhất, và qua đó đã rộng mở tâm hồn mình đến mức không còn giới hạn. Đây chính chiếc là chìa khóa nhiệm mầu để chuyển hóa tâm thức, đưa chúng ta bước ra khỏi bóng tối âm u ngột ngạt của một tâm thức vị kỷ để tiến vào một không gian rộng lớn bao la ngập tràn ánh sáng trí tuệ của tâm thức vị tha. Nói cách khác, những lời dạy của đức Phật về phát tâm Bồ-đề thực sự là một phương thức tu tập hữu hiệu nhất giúp chúng ta xóa bỏ những giới hạn chật hẹp của lòng vị kỷ và rộng mở tâm hồn để bước vào thế giới bao la của tâm nguyện vị tha.

Giáo pháp Đại thừa luôn xem việc phát tâm Bồ-đề là nền tảng của mọi pháp môn tu tập. Theo lời Phật dạy, người Phật tử có thể tùy theo căn cơ và điều kiện của chính bản thân mình mà chọn lựa tu tập theo bất kỳ pháp môn nào trong số rất nhiều pháp môn đã được chỉ dạy trong Kinh điển. Tuy nhiên, cho dù quyết định tu tập theo pháp môn nào đi chăng nữa, thì điểm khởi đầu chung cho tất cả mọi người vẫn là sự phát tâm Bồ-đề. Khi chưa thực hành phát tâm Bồ-đề thì mọi pháp môn tu tập đều bị hạn chế, không thể phát huy tác dụng chuyển hóa tích cực; ngược lại, khi đã phát tâm Bồ-đề thì bất kỳ pháp môn nào cũng sẽ mang lại kết quả tốt đẹp. Hơn thế nữa, mỗi một hành vi, ý tưởng hay lời nói của chúng ta sau khi phát tâm Bồ-đề đều sẽ trở thành những thiện hạnh mang lại lợi ích cho bản thân và người khác, cho dù là những điều nhỏ nhặt nhất. Ngược lại, ngay cả với những nỗ lực lớn lao, những công hạnh to tát, nhưng nếu được thực hiện khi chưa phát tâm Bồ-đề thì chỉ có thể mang lại những kết quả vô cùng hạn chế. Do đó, con đường tu tập theo giáo pháp Đại thừa luôn luôn được khởi đầu từ việc phát tâm Bồ-đề, mà cụ thể là sự rộng mở tâm hồn, từ bỏ tâm vị kỷ để hướng đến một tâm thức vị tha để sống cuộc đời luôn mang lại lợi lạc cho người khác.

Con đường chia sẻ

Có nhiều cách để mang lại lợi lạc cho người khác, và khi bắt đầu những nỗ lực tu dưỡng theo lời Phật dạy như thế, chúng ta dấn thân vào những con đường tu tập mà Kinh điển gọi là Bồ Tát hạnh. Mục đích rốt ráo của tất cả những con đường này đều là thành tựu quả Phật vì sự lợi lạc cho tất cả chúng sanh, cho dù sự thực hành theo mỗi con đường đều có những chỉ dẫn, những đặc thù khác biệt. Có sáu con đường tu tập mang lại lợi lạc cho chúng sanh được chỉ dạy trong Kinh điển, gọi chung là sáu pháp ba-la-mật, tức Lục Ba-la-mật (六波羅蜜), hay Lục độ (六度). Sáu pháp này bao gồm: Bố thí ba-la-mật (布施波羅蜜), Trì giới ba-la-mật (持戒波羅蜜), Nhẫn nhục ba-la-mật (忍辱波羅蜜), Tinh tấn ba-la-mật (精進波羅蜜), Thiền định ba-la-mật (禪定波羅蜜) và Bát-nhã ba-la-mật (般若波羅蜜).

Mỗi pháp môn này là một con đường tu tập với những chỉ dẫn giúp ta có thể thực hành mang lại lợi lạc cho mọi chúng sanh, và mặc dù đức Phật luôn khuyến khích sự tu tập đồng thời các pháp này, nhưng ngài cũng chấp nhận một thực tế là tùy theo căn cơ, tính khí, năng lực, hoàn cảnh khác nhau của mỗi người mà chúng ta vẫn có thể lựa chọn một trong sáu con đường này như pháp thực hành căn bản, chính yếu của mình. Trong một ý nghĩa nào đó ta có thể hình dung sáu pháp thực hành này giống như sáu đường thẳng đồng quy, nên khi tiến bước theo một trong sáu đường ấy thì sớm muộn gì rồi chúng ta cũng sẽ hội tụ về cùng một điểm với những con đường khác. Điểm hội tụ đó chính là sự giác ngộ viên mãn, giải thoát mọi khổ đau trong đời sống. Điều này được mô tả trong nhiều Kinh điển như là sự vượt qua dòng sông sinh tử để đến được bến bờ giải thoát.

Sự vượt thoát sinh tử cũng chính là ý nghĩa thường được nhắc đến nhiều nhất của thuật ngữ *ba-la-mật* (pāramitā), trong Hán ngữ được dịch là "đáo bỉ ngạn" (到彼岸), tức là đến bờ bên kia. "Bờ bên kia" tức là giải thoát sinh tử, đối lại với "bờ bên này" là đời sống trôi lăn trong luân hồi. Vì công năng của sáu pháp vừa kể trên là có thể giúp ta tiến đến bờ giải thoát, nên chúng được gọi là sáu pháp "ba-la-mật".

Trong sáu pháp ba-la-mật ấy, bố thí được nhắc đến trước nhất, và điều đó có một số ý nghĩa nhất định.

Trước hết, đây có thể xem là pháp tu khởi đầu mà hầu hết mọi người đều có khả năng thực hành, bởi ai cũng có thể tùy theo khả năng và điều kiện hiện có của mình để thực hành bố thí theo từng mức độ khác nhau. Tuy nhiên, nếu xét đến ý nghĩa sâu xa của pháp tu này thì không phải ai trong chúng ta cũng có thể nắm hiểu và thực hành được trọn vẹn. Vì thế, dưới đây chúng ta sẽ cùng nhau tìm hiểu sâu hơn về pháp bố thí.

Từ ngữ "bố thí" được dịch từ chữ "dāna" trong Phạn ngữ, thật ra có hàm nghĩa rộng hơn nhiều so với ý nghĩa thông thường vẫn được nhận hiểu. Trong tiếng Việt phổ thông hiện nay, chúng ta thường hiểu từ ngữ "bố thí" theo 2 nghĩa. Nghĩa tích cực chỉ hành vi phân phát của cải cho người nghèo một cách bất vụ lợi, xuất phát từ tình thương; nghĩa thứ hai chỉ việc đưa cho ai vật gì với thái độ trịch thượng, chiếu cố, thiếu kính trọng. Tùy theo ngữ cảnh mà một trong hai nghĩa này được hiểu, nhưng cả hai nghĩa này đều không hoàn toàn đúng với ý nghĩa bố thí trong đạo Phật, vì chúng hàm nghĩa người cho đang ở một vị thế cao hơn người nhận. Tuy vậy, nghĩa thứ nhất có thể xem là nêu đúng một phần từ ngữ, tuy chưa đầy đủ; còn nghĩa thứ hai là một nghĩa phái sinh hoàn toàn không có trong ý nghĩa bố thí được hiểu theo đạo Phật.

Từ điển Hán Việt của Đào Duy Anh giải thích bố thí là "đem của cải cho người", đơn giản hơn nhưng có phần khách quan và mở rộng hơn 2 ý nghĩa vừa nói trên. Tuy nhiên, ý nghĩa này vẫn còn rất hẹp so với ý nghĩa thực sự của từ ngữ "bố thí" được dịch từ chữ "dāna" trong Phạn ngữ.

Từ điển Phật Quang nói về bố thí (dāna) có đoạn giải thích: *"tức dĩ từ bi tâm nhi thí phúc lợi dữ nhân chi nghĩa."* (即以慈悲心而施福利與人之義 - [Bố thí] tức là khởi tâm từ bi mà mang điều phúc lợi đến cho người khác.)

Theo cách giải thích này, chúng ta thấy có mấy điều khác biệt. Thứ nhất, ta thấy có thêm yếu tố *"khởi tâm từ bi"* mà theo cách hiểu thông thường không đề cập đến. Đây là điều kiện trước tiên để một hành vi có thể được xem là thực hành bố thí. Thứ hai, ý nghĩa *"mang điều phúc lợi đến cho người khác"* là mở rộng hơn nhiều so với việc phân phát hay ban cho của cải, bởi những điều lợi lạc cho người khác không chỉ là vật chất, của cải mà còn có thể bao gồm rất nhiều giá trị khác nữa. Thứ ba, việc mang lại lợi lạc cho người khác không nhất thiết phải là sự ban cho, phân phát, mà đúng hơn đó là sự chia sẻ những gì ta đang có, ngay cả khi những thứ ấy vẫn còn rất hạn hẹp.

Từ những giải thích của từ điển Phật Quang, tiếp tục tìm hiểu thêm trong Kinh điển, chúng ta thấy pháp tu bố thí còn được giảng giải với một số ý nghĩa sâu rộng hơn nữa.

Trước hết, bố thí được phân chia thành 3 loại: tài thí (財施), pháp thí (法施) và vô úy thí (無畏施).

Tài thí là ý nghĩa thông thường nhất của bố thí, chỉ việc chia sẻ những giá trị vật chất hiện có của mình với người khác, nhằm giúp họ giảm bớt sự khó khăn, thiếu thốn. Những giá trị vật chất ở đây có thể là cơm ăn, áo mặc, nhà ở... cho đến các vật dụng, phương tiện sinh hoạt hằng ngày.

Pháp thí nghĩa là mang những tri thức, hiểu biết chân chánh và tốt đẹp của mình truyền đạt cho người khác, nhằm giúp họ có thể nhờ đó mà chuyển hóa đời sống trở nên tốt đẹp hơn, được nhiều lợi lạc hơn. Pháp thí còn được chia thành hai phạm trù nhỏ hơn là *thế gian pháp thí* (世間法施) và *xuất thế pháp thí* (出世法施).

Thế gian pháp thí là chia sẻ những tri thức có thể giúp người khác được lợi ích trong đời sống thế tục, bao gồm từ những kiến thức chuyên môn trong đời sống để giúp họ mưu sinh (như dạy học, dạy nghề...) cho đến việc khuyến khích họ làm lành lánh dữ, nhờ đó được quả báo tốt đẹp về sau, như được tái sinh vào các cõi trời, người và hưởng nhiều phúc lạc...

Xuất thế pháp thí là truyền đạt những ý nghĩa sâu xa trong Giáo pháp, có thể giúp người khác đi theo con đường tu tập hướng đến sự giải thoát hoàn toàn khỏi vòng sinh tử luân hồi, thành tựu quả Phật. Vì thế, những việc như giảng giải, sao chép, truyền bá Kinh điển đều thuộc về *xuất thế pháp thí*.

Như vậy, khi chúng ta chia sẻ với người khác bất kỳ phạm trù tri thức nào có thể mang lại lợi lạc cho họ thì đều có thể xem là pháp thí. Tùy theo việc những hiểu biết được chia sẻ đó là có lợi trong đời sống thế tục hay có thể giúp người khác tiến lên trên đường tu tập mà ta phân biệt đó là *thế gian pháp thí* hay *xuất thế pháp thí*.

Loại bố thí thứ ba thường ít được quan tâm đến là vô úy thí (無畏施). *Vô úy* có nghĩa là không sợ hãi, vì thế nên *vô úy thí* có nghĩa là mang đến cho người khác sự an ổn, không sợ hãi. Khi ta che chở, trấn an một người đang sợ sệt, giúp người ấy lấy lại được sự bình tĩnh, không còn sợ sệt, thì đó chính là *vô úy thí*. Trong một số trường hợp, người thực hành vô úy thí còn phải đẩy lùi hoặc phá trừ được những nguyên nhân đe dọa, gây sợ hãi cho người khác, mới có thể giúp họ thực sự được an ổn. Trong những trường hợp này, nếu nhìn thoáng qua sẽ thấy có vẻ như không có gì được đưa ra chia sẻ cả, nên ít người biết được rằng đây cũng là một loại bố thí. Tuy nhiên, xét theo ý nghĩa mang lại lợi lạc cho người khác thì vô úy thí là một hình thức bố thí rất quan trọng, bởi nó mang đến cho người khác sự bình an, vốn là điều lợi lạc còn hơn cả mọi giá trị vật chất. Hơn thế nữa, người thực hành vô úy thí phải có đủ dũng lực và trí tuệ, vì như thế mới có thể che chở người khác, giúp đỡ người khác vượt qua được sự sợ hãi và mang lại sự bình an cho họ.

Trở lại với định nghĩa về bố thí được nêu trong từ điển Phật Quang, chúng ta thấy cả 3 loại bố thí nói trên (tài thí, pháp thí và vô úy thí) đều thỏa mãn ý nghĩa "mang điều phúc lợi đến cho người khác". Tuy nhiên, vẫn còn một ý nghĩa khác là "khởi tâm từ bi" chưa được nhắc đến, và như vậy có vẻ như là chưa trọn vẹn ý nghĩa "bố thí" như được dịch từ chữ "dāna" trong Phạn ngữ.

Về ý nghĩa này, ở một nơi khác cũng thuộc mục từ này, từ điển Phật Quang có đoạn phân biệt: *"Bố thí nhược dĩ viễn ly tham tâm dữ kỳ khai ngộ vi mục đích, tắc xưng vi thanh tịnh thí; phản chi tắc xưng bất thanh tịnh thí."* (布施若以遠離貪心與期開悟為目的，則稱為清淨施；反之則稱不清淨施 - Nếu thực hành bố thí mà xa lìa tâm tham lam, chỉ hướng đến mục đích giúp cho người khác được tỏ ngộ, thì gọi đó là *thanh tịnh thí*; ngược lại thì gọi là *bất thanh tịnh thí.*)

Theo đây mà xét thì việc "xa lìa tâm tham lam" đó cũng tương đồng với ý nghĩa "khởi tâm từ bi" đã nói ở đoạn trước, bởi khi thực hành bố thí với tâm từ bi sinh khởi thì lúc đó chắc chắn không còn chỗ cho tâm tham lam chế ngự, cho dù đó là tham danh hay tham lợi. Ngược lại, nếu không khởi tâm từ bi mà thực hành bố thí, thì việc bố thí đó rất có thể sẽ rơi vào những dụng ý, mục đích khác, không chỉ đơn thuần là làm lợi lạc cho chúng sanh. Đó chính là trường hợp mà từ điển Phật Quang gọi là *"bất thanh tịnh thí"*.

Như vậy, đến đây chúng ta có thể tóm lại ý nghĩa chân thật và đầy đủ của việc thực hành bố thí theo đạo Phật là phải bao gồm hai yếu tố. Thứ nhất là phải xuất phát từ tâm từ bi, thương yêu mọi người, hay nói cách khác chính là tâm nguyện vị tha, hoàn toàn vì sự lợi lạc cho người khác. Thật ra, đây cũng chính là nền tảng phát tâm Bồ-đề mà ta đã có dịp đề cập trong phần trước. Thứ hai là phải thực sự mang lại lợi lạc cho người khác dưới một hình thức nào đó; có thể đó là lợi lạc về vật chất *(tài thí)*, có thể là lợi lạc về tri thức, chánh kiến *(pháp thí)* và cũng có thể là sự an ổn tinh thần, không sợ sệt *(vô úy thí)*.

Trong trường hợp thiếu đi yếu tố thứ nhất thì hành vi bố thí dù có làm lợi lạc cho người khác nhưng vẫn chưa thực sự trọn vẹn và được xem là *bất thanh tịnh thí*. Nếu có thể thực hành bố thí với đầy đủ hai yếu tố trên thì đó chính là *thanh tịnh thí*, cũng chính là *Bố thí ba-la-mật* trong ý nghĩa đầy đủ nhất. Cho dù sự lợi lạc mà chúng ta thực sự mang lại cho người khác có nhiều mức độ khác nhau, có khi chỉ là một bữa ăn, một chút hiểu biết đúng đắn về sự việc, hoặc một chút bình an trong tâm hồn, nhưng chỉ cần hội đủ cả hai yếu tố nêu trên thì có thể xem như ta đã thực hành được hạnh bố thí theo đúng ý nghĩa chân thật của nó.

Qua những ý nghĩa về mặt lý thuyết như đã nêu trên, chúng ta có thể vận dụng vào cuộc sống hằng ngày để thấy rằng việc thực hành bố thí thật ra không phải là quá khó khăn như nhiều người thường lầm tưởng. Với những gì đã tìm hiểu, ta có thể thấy rằng việc thực hành bố thí thật ra chính là *sự chân thành chia sẻ với mọi người những gì có thể* được *trong điều kiện của bản thân ta, và chỉ nhằm một mục đích duy nhất là mang đến sự lợi lạc cho người được chia sẻ.* Khi chọn cách sống sẵn lòng chia sẻ mọi thứ với người khác, đó chính là ta đang thực hành bố thí.

Chia sẻ những gì?

Rất có thể bạn sẽ phân vân khi nghĩ đến việc chia sẻ với mọi người: liệu bản thân tôi có gì để chia sẻ? Bạn có thể thấy mình vẫn còn đang quá khó khăn về tài chánh, vậy làm sao có thể chia sẻ với người khác? Bạn có thể thấy bản thân mình vẫn không ngừng phải đối phó với biết bao điều bất ổn, bế tắc trong cuộc sống và chưa thực sự đủ sức để vượt qua, làm sao có khả năng chỉ dẫn hoặc chia sẻ tri thức với người khác? Bạn cũng có thể thấy bản thân mình thường xuyên phải đối mặt với nhiều nỗi lo toan, đe dọa từ cuộc sống vốn đầy bất trắc, và không nghĩ rằng mình có đủ điều kiện để che chở hay cứu giúp người khác thoát khỏi nỗi sợ hãi của họ... Nói chung, bạn thấy mình có lẽ chưa đủ điều kiện để chia sẻ trong lúc này, nên dù rất muốn làm điều đó, bạn vẫn thường nghĩ rằng phải đợi đến một lúc nào đó khi mọi điều kiện trở nên dễ dàng hơn...

Liệu những suy nghĩ như thế có đúng không? Chắc chắn là không! Sự thật là, nếu bạn vẫn giữ nguyên những suy nghĩ như thế, sẽ không bao giờ có "một lúc nào đó" để bạn thực sự chia sẻ với người khác. Trong khi đó, những ranh giới của sự hẹp hòi sẽ từng ngày khép chặt hơn quanh bạn, và bạn sẽ không bao giờ có thể cảm nhận được những niềm vui thực sự trong đời sống. Khuynh hướng "bất toại nguyện" sẽ không ngừng chi phối, hành hạ bạn, chỉ đơn giản vì bạn chưa bao giờ tự thấy mình có đủ những thứ mình cần.

Và khái niệm "đủ" thì luôn mang một ý nghĩa hết sức mơ hồ, tương đối. Bạn có thể tự thấy mình đã có đủ trong mọi hoàn cảnh, nhưng bạn cũng có thể không bao giờ thấy đủ cho dù đã có được rất nhiều. Trong thực tế, cảm giác biết đủ không phụ thuộc hoàn toàn vào những gì bạn có được, mà phụ thuộc nhiều hơn vào nhận thức của bạn về cuộc sống. Có lần, tôi bắt gặp một bức ảnh đầy ý nghĩa được một bạn trẻ chia sẻ trên trang Facebook: Một bà lão hành khất đã trích từ số tiền nhỏ nhoi xin được để đóng góp vào một thùng quyên góp từ thiện.

Tôi nghĩ, hình ảnh này đã quá đủ để nói lên tất cả những ý nghĩa về sự biết đủ. Nếu suy ngẫm từ đây, bạn sẽ thấy chúng ta luôn đầy đủ và thậm chí là may mắn biết bao. Vì thế, chỉ cần thay đổi nhận thức về cuộc sống thì bạn luôn có thể chia sẻ trong cuộc sống. Sự thật là khi chúng ta sẵn lòng chia sẻ cùng người khác, ta sẽ cảm thấy bản thân mình đầy đủ, chứ không phải đợi khi ta cảm thấy đầy đủ rồi mới khởi lên ý muốn chia sẻ. Trong số nhiều tấn gạo chuyển về miền Trung để cứu trợ sau những cơn bão lụt tàn phá, phần lớn đã được tự nguyện đóng góp từ rất nhiều người lao động đang vất vả từng ngày kiếm sống chứ không chỉ từ những gia đình thuộc tầng lớp trung lưu hay giàu có.

Hơn thế nữa, khi bạn sẵn lòng chia sẻ, bạn sẽ nghĩ ra được phương pháp tốt nhất để thực hiện việc chia sẻ. Trong truyện ngắn "Vị ngọt của chè",[1] ngay cả những em học sinh tiểu học cũng có thể làm chúng ta ngạc nhiên vì sự chững chạc và thông minh khi nghĩ ra phương thức giúp đỡ người khác một cách hoàn hảo không kém gì người lớn. Hơn thế nữa, có một điều gần như đã trở thành quy luật tự nhiên là, giải pháp chia sẻ luôn xuất hiện và chỉ xuất hiện sau khi chúng ta thật lòng khởi tâm chia sẻ.

Khi nhìn lại những gì xảy ra quanh ta với nhận thức này, bạn sẽ thấy có rất nhiều điều tương tự vẫn luôn diễn ra trong cuộc sống, nhưng chỉ vì không lưu tâm đến nên ta thường bỏ qua không nhận biết. Một khi bạn thực sự chọn cách sống

[1] Vị ngọt của chè, truyện ngắn của Nguyên Minh, 1997. Xem Phụ lục 1 ở cuối sách.

chia sẻ với mọi người, bạn sẽ dễ dàng nhận ra vô số những cơ hội chia sẻ quanh mình. Việc mang lại niềm vui và lợi lạc cho người khác thật ra dễ hơn nhiều so với bạn vẫn tưởng, và điều đó cũng mang lại cho bạn nhiều niềm vui mà có thể trước đây bạn vẫn chưa bao giờ hình dung một cách trọn vẹn.

Khi chúng ta giảm bớt sự quan tâm đến bản thân mình và lưu tâm nhiều hơn đến những nhu cầu, mong muốn của người khác, ta sẽ tự nhiên thay đổi những cung cách ứng xử thông thường. Điều quan trọng ở đây không phải là bạn giúp ích được nhiều hay ít cho người khác, mà chính là ở sự thay đổi khuynh hướng ứng xử vốn có từ lâu nay. Từ một khuynh hướng vị kỷ, luôn quan tâm đến những gì có lợi cho chính bản thân mình, bạn sẽ thay đổi sang một khuynh hướng vị tha, chú trọng nhiều hơn đến những lợi lạc cho người khác. Và chính khuynh hướng vị tha là yếu tố quan trọng nhất sẽ làm thay đổi cuộc đời bạn, bởi nó sẽ làm cho tâm hồn bạn rộng mở hơn thay vì là ngày càng khép chặt. Một tâm hồn rộng mở là điều kiện tối cần thiết để cảm nhận mọi niềm vui đến từ cuộc sống, trong khi một tâm hồn khép kín luôn ươm mầm cho vô số những bất hạnh và khổ đau.

Tâm hồn rộng mở cũng chính là điều kiện để bạn nhận biết những nhu cầu của người khác. Với một tâm hồn khép kín, hẹp hòi, bạn thường sẽ phân vân rất nhiều về việc ai là người xứng đáng nhận sự chia sẻ của bạn, hoặc liệu bạn có nên hay không nên chia sẻ với ai đó... Sự phân vân này ngăn cản bạn chia sẻ với người khác vì luôn thấy họ không ở vào hoàn cảnh thực sự cần thiết, hoặc không có nhu cầu được chia sẻ... Bạn cảm thấy có sự bất công nếu phải chia sẻ những gì mình có với một ai đó mà theo bạn là không quá khó khăn, thiếu thốn...

Những rào cản này được sinh ra từ một tâm hồn khép chặt, nhưng rồi chính bản thân chúng lại có tác dụng làm khép chặt hơn nữa tâm hồn của bạn. Vì vậy, đây quả thật là một vòng xoáy luẩn quẩn rất khó vượt thoát ra.

Nhưng ngay khi bạn khởi lên ý nguyện vị tha thì những tia sáng đầu tiên sẽ bắt đầu soi chiếu vào bóng tối của một tâm hồn khép kín. Những cánh cửa sẽ dần được mở ra và ngày càng rộng mở hơn khi nhận thức của bạn dần thay đổi. Khi khuynh hướng vị tha dần dần thay cho khuynh hướng vị kỷ, bạn sẽ bắt đầu tiếp cận người khác với một cách nhìn hoàn toàn mới. Tâm hồn rộng mở giúp bạn đón nhận mọi nguồn thông tin từ thế giới bên ngoài một cách khách quan, đúng thật và không định kiến. Nhờ đó, bạn sẽ nhận ra một sự thật là bất cứ ai trong chúng ta cũng đều đang có những nhu cầu nhất định; hay nói khác đi là mỗi người quanh ta đều đang cần được ta chia sẻ một điều gì đó, có thể giúp họ được lợi lạc, tốt đẹp hơn trong cuộc sống. Nhận biết được nhu cầu của người khác chính là bước khởi đầu của một sự chia sẻ đúng nghĩa, và chỉ có một tâm hồn rộng mở mới có thể giúp ta làm được điều đó.

Trong thực tế, tất cả chúng ta đều có nhu cầu chia sẻ và được chia sẻ, và thực ra thì cuộc sống này sẽ vô cùng tẻ nhạt, ảm đạm nếu không có sự sẻ chia cùng nhau giữa những con người. Tuy vậy, không phải ai trong chúng ta cũng đã và đang chọn nếp sống biết chia sẻ, và đó quả thật là một điều đáng buồn. Vì thế, ngay khi bạn quyết định chọn một cuộc sống chia sẻ với mọi người, đó sẽ là điều quan trọng nhất trong cuộc đời của bạn: bạn đang thay đổi để trở thành một người hạnh phúc hơn!

Chia sẻ tài vật

Các giá trị vật chất luôn nổi bật lên trong cuộc sống của mỗi chúng ta. Khi tiếp xúc với một con người, điều ta dễ dàng nhìn thấy trước nhất là hình thức bên ngoài của người ấy, và điều đó thường cho thấy phần nào những giá trị vật chất mà họ đang sở hữu. Khi ta thật lòng muốn chia sẻ với người khác, vật chất cũng chính là những giá trị mà ta có thể dễ dàng chia sẻ nhất. Có thể lâu nay bạn vẫn quen nghĩ đến điều này qua các hình thức như ủng hộ những chương trình quyên góp từ thiện, vận động xây dựng các công trình công cộng, hay chí ít cũng là đóng góp cho các tổ chức thiện nguyện... Những điều đó là hoàn toàn đúng nhưng chưa đủ, vì thật ra thì sự chia sẻ vật chất còn có thể và cần thiết phải được thực hiện trong một phạm vi rộng lớn hơn, phổ quát hơn. Bạn có thể thực hành nếp sống chia sẻ với tất cả mọi người mà bạn có cơ hội tiếp xúc, chứ không chỉ là với những người đang gặp bất hạnh, khó khăn... Tất nhiên, những đối tượng gần gũi trước tiên và thiết thực nhất sẽ là những người thân quanh ta như gia đình, bạn bè, cộng đồng thôn xóm...

Lần đầu tiên nghĩ đến điều này, có thể bạn sẽ thấy hơi xa lạ. Chẳng phải chỉ những người đang khốn khó mới cần đến sự chia sẻ tài vật hay sao? Chẳng phải chỉ những người đang gặp bất hạnh, tai họa mới cần đến sự quan tâm giúp đỡ của người khác hay sao? Những điều đó hẳn đã là lẽ tất nhiên. Nhưng đối tượng của sự chia sẻ không chỉ giới hạn trong số đó, mà thật ra còn là tất cả mọi người. Và chỉ khi bạn có khả năng hướng sự chia sẻ của mình đến với tất cả mọi người thì tâm hồn bạn mới thực sự rộng mở.

Trong bất kỳ mối quan hệ tiếp xúc nào, khi bạn biết lưu tâm đến mọi người quanh mình, bạn sẽ nhận ra vô số những cơ hội cần đến sự chia sẻ. Có những điều có thể là vô cùng nhỏ nhặt, nhưng khi có sự quan tâm thực hành, bạn sẽ nhận ra những giá trị mà chúng mang lại là không nhỏ.

Hãy bắt đầu từ một bữa ăn chẳng hạn. Thay vì ngồi vào bàn ăn và nhanh chóng thỏa mãn nhu cầu của dạ dày rồi đứng dậy, bạn hãy thử dành một chút thời gian để quan tâm đến những người khác trong cùng mâm ăn. Khi ấy, có thể bạn sẽ nhận ra có một số món ăn thích hợp với người này nhưng không thích hợp với người khác, chẳng hạn như người già cần thức ăn mềm, trẻ con cần những thức ăn nhiều dinh dưỡng, một ai đó không ăn được các món cay, trong khi một người khác dường như rất thích các món béo v.v... Với sự quan tâm nhận biết đó, bạn có thể thực hiện chia sẻ theo cách rất đơn giản và dễ dàng, như nhường các món ăn thích hợp cho người khác, gắp thức ăn cho trẻ con và không dành quá nhiều các món ăn ngon cho phần mình... Bạn sẽ thấy một bữa ăn trôi qua theo cách đó không chỉ là một bữa ăn, mà sẽ trở thành một cơ hội để mọi người chia sẻ, quan tâm đến nhau. Điều nhỏ nhặt này có thể vẫn luôn được duy trì ở một số gia đình, nhưng đồng thời cũng đã bị lãng quên ở nhiều gia đình khác. Với sự quan tâm chia sẻ, chắc chắn bạn sẽ mang lại một không khí ấm áp, đầy tình cảm thắm thiết cho những bữa ăn trong gia đình hay ngay cả ở các phòng ăn tập thể, thay vì chỉ đơn giản là để nhét cho đầy dạ dày.

Sự chia sẻ, nhường nhịn cũng có thể dễ dàng được thực hành ở nơi làm việc, khi bạn có sự quan tâm đến những đồng nghiệp của mình. Mỗi người đều có một nhu cầu nào đó, nhưng bạn sẽ không thể nhận ra khi thiếu sự quan tâm. Khi quan tâm và nhận biết được nhu cầu của người khác, có thể chỉ một vài cử chỉ nhỏ nhặt đáp ứng đúng các nhu cầu đó cũng có thể làm thay đổi cách nghĩ, cách nhìn của mọi người về nhau, và điều đó chắc chắn sẽ làm cho môi trường sống chung trở nên ấm áp, tốt đẹp hơn nhiều.

Cách ứng xử như trên cũng đúng trong mọi quan hệ xã hội. Khi bạn biết quan tâm và nhường nhịn, chia sẻ với người khác, những mối quan hệ xã hội sẽ không còn là đối đầu nữa mà trở thành những cơ hội tốt đẹp để bạn hiểu thêm về người khác, vun đắp thêm những tình cảm tốt đẹp vốn có hoặc xây dựng những quan hệ tình cảm mới.

Trở ngại lớn nhất của sự chia sẻ vẫn là lòng vị kỷ. Điều này xuất hiện ở mọi phạm trù của sự chia sẻ, nhưng mạnh mẽ và thường gặp nhất vẫn là khi bạn khởi tâm chia sẻ vật chất với người khác. Khi thực hiện các hành vi chia sẻ, bạn rất thường có khuynh hướng sẽ tự nêu lên câu hỏi: Bản thân tôi rồi sẽ được gì?

Việc trả lời câu hỏi này đưa chúng ta trở lại với sự phân biệt giữa hai khuynh hướng vị kỷ và vị tha như đã bàn ở phần trước. Sự thật là, khi chọn nếp sống chia sẻ vị tha, bạn sẽ được rất nhiều, mà cái được lớn nhất chính là một tâm hồn rộng mở, một cách nhìn hoàn toàn thay đổi về cuộc sống, và vô số những niềm vui sẽ tràn vào tâm hồn rộng mở của bạn để biến cuộc đời thành một chuỗi nối dài của những niềm vui.

Các giá trị vật chất là rất khó chia sẻ khi tâm hồn bạn khép kín bởi khuynh hướng vị kỷ. Tục ngữ dân gian có câu: "Đồng tiền gắn liền khúc ruột." Đó là một quan niệm rất thông thường. Những người chưa nhận hiểu được ý nghĩa sâu xa của đời sống luôn nghĩ về tiền bạc vật chất như là kết quả của sự lao động khó nhọc, của những vất vả bon chen, nên không thể dễ dàng buông ra chia sẻ cho người khác. Khi bị thôi thúc bởi những giá trị luân lý, đạo đức hay dư luận xã hội và phải bất đắc dĩ chia sẻ tiền bạc với người khác, họ luôn đặt ra vô số những câu hỏi, luôn hoài nghi về kết quả việc chia sẻ của mình... Những người làm công việc vận động quyên góp từ thiện thường bộc bạch tâm sự rằng, họ phải gánh chịu rất nhiều sự nghi ngờ từ những người mà họ đến vận động. Người ta luôn có khuynh hướng ngờ vực thiện chí của họ, sợ rằng phía sau chiêu bài quyên góp từ thiện rất có thể là những mục tiêu ám muội, vụ lợi cá nhân... Chúng ta không thể phủ nhận một thực tế là những điều tồi tệ như thế cũng đã từng xảy ra không ít lần, khi những kẻ xấu mượn danh nghĩa việc làm cao quý vì người khác để rồi cuối cùng chỉ nhằm mục đích trục lợi cho bản thân. Tuy nhiên, nếu vì lý do đó mà ta đánh mất hoàn toàn niềm tin vào những con người chân thật, những tâm hồn cao quý, thì quả thật sự mất mát lớn nhất đang nằm về phía bản thân ta chứ không phải là người khác.

Chúng ta cần biết tỉnh táo và sáng suốt trước khi đặt niềm tin vào người khác, không thể mù quáng và nhẹ dạ cả tin để dễ dàng trở thành miếng mồi ngon cho những kẻ tham lam và xấu xa lợi dụng. Nhưng đồng thời ta cũng phải biết rộng mở tâm hồn để cảm nhận được những nhịp đập từ trái tim cuộc sống, để có thể rung động đúng lúc trước những mảnh đời khó khăn cần chia sẻ, và để nhận biết rằng dù sao đi nữa thì trong cuộc sống này vẫn có rất nhiều những tâm hồn cao quý luôn tỏa sáng chứ không chỉ toàn là những mảng tối xấu xa, những con người ích kỷ.

Và như đã nói, thật ra thì sự chia sẻ tài vật còn có thể được thực hiện đúng nghĩa mà không cần thiết phải là sự đóng góp những khoản tiền lớn cho mục đích từ thiện. Tất nhiên, thỉnh thoảng bạn có thể làm điều đó, nhưng rất ít người trong chúng ta có đủ khả năng để làm như vậy thường xuyên. Thế nhưng, với mọi giao tiếp trong đời sống, bạn đều có thể thực hành sự chia sẻ. Một người bán gạo cân nhiều hơn khi bán cho một người nghèo đông con trong xóm; anh thợ cắt tóc chỉ lấy phân nửa tiền công với khách hàng là một cụ già; cô bán rau tặng không mấy bó rau khi người mua là một cháu thiếu niên nghèo phải đi chợ vì mẹ ốm nặng... Những hành vi như thế có thể là nhỏ nhặt, nhưng niềm vui chúng mang lại là không nhỏ, cho cả người chia sẻ và người nhận chia sẻ. Cho dù công việc của bạn là gì, bạn vẫn luôn có thể chia sẻ khi biết quan tâm đến những đối tượng mà bạn đang phục vụ mỗi ngày. Và chắc chắn bạn sẽ nhận ra ngay những cơ hội cũng như phương thức để chia sẻ trong hoàn cảnh cụ thể của mình.

Điều kỳ diệu rồi sẽ xảy ra khi bạn chọn nếp sống chia sẻ.

Tiền bạc sẽ không "đội nón ra đi" mãi mãi như nhiều người vẫn tưởng. Ngược lại, bạn sẽ thấy công việc cũng như thu nhập của mình ngày càng được cải thiện hơn. Bạn không biết vì sao ư? Khi bạn quan tâm đến khách hàng và không chỉ giao tiếp đơn thuần trong quan hệ mua bán, phục vụ, mọi khách hàng đều sẽ nhanh chóng cảm nhận được điều đó. Những hành vi, cử chỉ sẵn lòng chia sẻ của bạn, dù nhỏ nhặt, đều sẽ được ghi nhận. Kết quả là bạn ngày càng có đông khách hàng hơn, quan hệ ngày càng dễ dàng thuận lợi hơn. Và hệ quả tất yếu là thu nhập của bạn sẽ tốt hơn.

Ngày nay, các siêu thị lớn thường xuyên mở các lớp đào tạo để nhân viên của họ luôn biết cách quan tâm thật tinh tế đến khách hàng. Mục đích của họ là để việc kinh doanh được tốt hơn, nhưng trong cách làm họ đã bắt đầu nhận ra được nguyên lý quan trọng của sự quan tâm chia sẻ. Một cô bán hàng vừa giao gói hàng cho bạn xong, trìu mến sửa giúp chiếc nón của đứa con bạn đang đội lệch, chắc chắn sẽ là một lý do thuyết phục để lần mua hàng sau bạn vui vẻ quay lại đúng cửa hàng đó. Quan hệ mua bán đơn thuần sẽ bị phá vỡ để đưa mọi người đến gần nhau hơn khi mỗi người đều biết quan tâm chia sẻ cùng người khác. Vì thế, tôi không muốn khuyên bạn sống chia sẻ như một phương thức để phát triển công việc kinh doanh hay dịch vụ, nhưng sự thật thì đó sẽ là một trong những kết quả có được từ nếp sống biết chia sẻ chân thành. Và thật ra thì bạn còn nhận được nhiều hơn thế nữa.

Hạn chế việc chi tiêu hoặc sử dụng tài nguyên quá mức cần thiết cũng là một cách để chia sẻ với cộng đồng. Giới truyền thông ngày nay liên tục quảng bá về việc tiết kiệm điện như một giải pháp thiết thực để bảo vệ môi trường, nhưng chúng ta rất buồn khi phải thừa nhận là còn rất nhiều người chưa hề quan tâm đến điều này. Việc sử dụng nước sạch cũng tương tự. Nhiều người không cho rằng cần phải tiết kiệm nguồn nước sạch tự nhiên. Điều đơn giản chỉ là vì những người ấy không thấy có khó khăn gì nhiều trong việc thanh toán hóa đơn tiền điện hay tiền nước. Nhưng thật ra vấn đề không nằm ở chỗ chúng ta có khả năng thanh toán hay không, mà là ở chỗ ta đang hoang phí những nguồn tài nguyên có giới hạn của toàn nhân loại, lẽ ra có thể dành để phụng sự cho nhiều người một cách lâu dài hơn.

Chúng ta thường có thói quen xem tất cả những gì do mình làm ra hoặc mua sắm được là của riêng ta, và ta có quyền sử dụng theo bất cứ cách nào tùy ý. Thực phẩm đã được mua và trả tiền xong, ta có quyền vất bỏ phần thừa thải sau khi ăn. Hóa đơn tiền nước luôn được trả đủ, ta có quyền sử dụng không hạn chế, dù có tăng thêm năm hoặc mười mét khối cũng chẳng là bao, không cần suy nghĩ. Tiền điện cũng sẽ không đáng là bao, ta thừa sức trả đủ, không cần thiết phải quan tâm đến việc tắt mở quá nhiều lần, cứ để đèn sáng liên tục khắp trong nhà ngoài sân, như vậy vẫn thoải mái hơn...

Cách suy nghĩ như vậy là không đúng, vì nếu tất cả mọi người trên hành tinh này đều quan niệm như thế và thẳng tay hoang phí mọi nguồn tài nguyên, thì chắc chắn là không bao lâu tai họa sẽ đến với toàn nhân loại. Không khí là tài nguyên có giới hạn và đang bị con người làm cho ô nhiễm ngày càng nghiêm trọng. Nước sạch là tài nguyên có giới hạn và đang bị con người hoang phí khắp mọi nơi, cho dù một tương lai khan hiếm là không khó để nhận biết. Để tạo ra dòng điện, người ta đã tiêu tốn rất nhiều tài nguyên thiên nhiên. Tắt bớt một bóng điện khi không cần đến, sử dụng vừa đủ lượng nước cho nhu cầu thực sự của bạn, tính toán lượng thức ăn sao cho hạn chế sự thừa mứa... Tất cả những điều đó sẽ không làm cho cuộc sống của bạn khốn khổ hơn chút nào, nhưng nếu hàng tỷ người trên hành tinh này đều ý thức được như vậy, chúng ta sẽ tránh được những thảm họa sắp tới cho nhân loại vì sự cạn kiệt các nguồn tài nguyên thiên nhiên.

Chúng ta sẽ không phải ân hận vì đã để lại một di sản quá tồi tệ cho các thế hệ mai sau.[1]

Khi ta hiểu được rằng trái đất là ngôi nhà chung và cộng đồng nhân loại luôn phải cùng nhau chia sẻ những gì hiện có trong ngôi nhà đó, chúng ta sẽ thấy rằng mọi sự hoang phí, tàn phá đều là đáng chê trách. Khi chúng ta chi tiêu hay sử dụng vượt quá nhu cầu cần thiết của bản thân, đó là ta đang xâm phạm đến quyền lợi chính đáng của những người khác. Khi mọi thứ trong môi trường chung này là có giới hạn, thì bất kỳ sự lạm dụng nào cũng đều đang góp phần làm cạn kiệt nhanh chóng hơn nguồn tài nguyên giới hạn đó.

Và trong mỗi cộng đồng xã hội, mỗi thôn xóm hay gia đình cũng vậy. Khi ta biết khéo léo sử dụng thật vừa đủ những gì cần thiết cho cuộc sống, không lạm dụng, không hoang phí, đó là ta đang góp phần giúp cho những người thân quanh ta có được một cuộc sống dễ dàng hơn, tốt đẹp hơn. Và như vậy cũng chính là một nếp sống chia sẻ, chính là sự thực hành bố thí.

Tuy nhiên, nếu bạn vẫn nghĩ rằng cần phải có những sự đóng góp lớn lao hơn, cụ thể hơn, như giúp đỡ người nghèo khó, bệnh tật; ủng hộ các quỹ từ thiện, các chương trình phát triển cộng đồng... bằng những số tiền đáng kể mới có thể xem là thực hành bố thí, thì điều đó thật ra cũng không quá khó khăn như bạn tưởng. Bạn vẫn có thể làm được những chuyện “lớn lao” đó với thu nhập thường xuyên khiêm tốn của mình. Bạn thấy khó khăn ư? Tất nhiên, tôi sẽ không khuyên bạn trích ra một lúc nửa tháng lương hoặc nhiều hơn nữa để làm từ thiện. Điều đó sẽ không mang niềm vui đến cho gia đình bạn, mà e là ngược lại. Tuy nhiên, bí quyết ở đây là bạn có thể đơn giản thực hiện mục tiêu bố thí mỗi ngày với một số tiền

[1] Xem Phụ lục 2: Cuộc sống năm 2070 - trích Lá thư; “Life in the year 2070” của Cựu Tổng thống Ấn Độ, Tiến sĩ A. P. J. Abdul Kalam.

rất nhỏ. Chỉ cần tương đương với một chút tiền bạn vẫn cho con bạn ăn quà vặt mỗi ngày chẳng hạn, nhưng tất cả sẽ được đều đặn cho vào một con heo đất dành riêng cho mục đích bố thí. Trong vòng một, hai hoặc thậm chí là nhiều tháng sau, vào một dịp nào đó thuận tiện cần đến, bạn sẽ sẵn có một khoản tiền thực sự khá lớn để thực hành bố thí mà không hề ảnh hưởng gì nhiều đến kinh tế gia đình.

Thật ra, không phải tôi đã nghĩ ra điều này. Tôi chỉ biết được qua thực tiễn từ người bạn là một doanh nhân rất thành đạt. Nhưng anh ấy cũng không tự làm việc này, anh đã khuyến khích hai đứa con mình làm như thế. Bên ngoài con heo đất mà anh nhờ tôi chuyển đến cho một chùa nuôi trẻ mồ côi, tôi thấy ghi rõ dòng chữ: *phóng sinh và bố thí*. Vì thế, tôi đã thật sự ngạc nhiên khi thấy hai cháu nhỏ đã có thể làm được một việc không nhỏ chút nào, nhờ vào phương pháp "tích lũy" này. Tôi tin là mỗi chúng ta đều có thể làm được như thế, nếu muốn.

Nhưng như đã nói trên, nếu bạn có thể rộng lòng chia sẻ mỗi ngày với tất cả những con người mà bạn tiếp xúc, thì chuyện "nuôi heo đất" như thế có thể là không còn cần thiết nữa.

Bạn cũng có thể mang những vật dụng mình không cần đến nữa để chia sẻ cho người khác, đó cũng là bố thí. Nếu gia đình bạn đã ở yên trong một ngôi nhà từ khoảng ba năm hay lâu hơn, tôi tin là chỉ cần dành ra một chút thời gian để xem kỹ lại, bạn sẽ thấy có rất nhiều thứ mà thật ra hiện nay bạn không dùng đến nữa, hoặc thậm chí là không thể sử dụng, nhưng chúng vẫn nghiễm nhiên chiếm chỗ trong nhà bạn. Đó có thể là những dụng cụ không cần dùng đến, những quần áo không còn mặc được vì quá chật, hoặc chỉ đơn giản là những món đồ đã được thay mới bằng loại tốt hơn, tiện dụng hơn... Mặc dù vậy, những thứ "vô dụng" đối với bạn lại rất hữu ích với nhiều người khác, khi họ đang có nhu cầu sử dụng chúng. Chỉ cần có sự quan tâm đúng mức, bạn sẽ có thể nhận ra được những ai đang cần đến các món đồ cũ của mình. Khi cho đi những thứ ấy, bạn thực sự không mất gì cả, thậm chí còn giúp cho căn nhà của bạn được gọn gàng ngăn nắp hơn. Thế nhưng, bằng cách đó bạn đã mang lại lợi lạc cho người khác, và như thế chính là bố thí.

Lòng tham lam ích kỷ rất nhiều khi khiến chúng ta hành xử hết sức vô lý. Chẳng hạn, với những thứ đã trở thành phế thải trong nhà như giấy báo cũ, vỏ chai, hộp nhựa v.v... thay vì phải tự mình mang đến hố rác để vất bỏ, thì khi có người đến tận nhà thu gom mang đi giúp ta, ta lại bắt họ phải trả tiền, cho dù chỉ là một khoản tiền không đáng vào đâu! Những người phải làm công việc vất vả đi mua gom phế liệu thường chẳng mấy ai khá giả, chúng ta nên cảm thông với hoàn cảnh của họ. Khi tôi bảo một người mua ve chai rằng bà ta không phải trả tiền và tôi phải cảm ơn bà, bà đã tròn mắt ngạc nhiên nhìn tôi vì nhiều người khác không làm như vậy. Thậm chí có những người còn kì kèo để bán được với một giá cao hơn! Những người ấy có thể bỏ ra hàng triệu đồng cúng chùa hoặc làm từ thiện để được ghi rõ họ tên, nhưng chỉ vì không hiểu đúng nghĩa hai chữ bố thí nên họ đã bỏ lỡ đi những cơ hội tốt đẹp để thực hành pháp tu này.

Dâng cúng cho các vị tu sĩ hoặc cúng tiền cho các tự viện, chùa chiền cũng là bố thí, nhưng đó là một hình thức bố thí đặc biệt, và do sự cung kính nên ta không gọi đó là bố thí, mà là *cúng dường*. Xét về ý nghĩa thì việc cúng dường mang lại lợi lạc cho người khác trên hai phương diện. Về mặt trực tiếp, nó tạo điều kiện cho các vị tu sĩ có thể duy trì sự tu tập theo Chánh pháp. Chính nhờ có sự cúng dường của thập phương tín thí mà quý vị tu sĩ mới có được điều kiện ăn ở thật an ổn, thuận tiện cho con đường tu tập. Về mặt gián tiếp, việc cúng dường mang lại lợi lạc cho rất nhiều người, vì nó giúp vào việc xây dựng tự viện, chùa chiền để mọi người có nơi lễ bái;

giúp các vị tu sĩ có điều kiện tu tập và qua đó thực hiện được công việc giáo hóa, dắt dẫn nhiều người đi theo Chánh pháp. Do đó, có thể nói rằng việc cúng dường mang cả hai ý nghĩa *tài thí* và *pháp thí*.

Tuy nhiên, việc cúng dường có thực sự mang ý nghĩa pháp thí hay không cũng còn tùy thuộc vào sự phát tâm của người cúng dường. Về ý nghĩa tài thí thì quả thật đã quá rõ ràng, bởi chỉ cần chia sẻ với người khác một chén cơm, đó cũng đã là tài thí, huống chi là dâng cúng cho chùa chiền, tự viện... Nhưng về ý nghĩa pháp thí thì còn phải xét theo sự nhận hiểu của người cúng dường. Nếu người cúng dường nhận hiểu sâu xa về việc mình làm thì ý nghĩa pháp thí là rất lớn; nhưng nếu họ chỉ nhận hiểu một cách cạn cợt hoặc thậm chí là không hiểu hay hiểu sai, thì ý nghĩa pháp thí sẽ rất mờ nhạt hoặc thậm chí là hoàn toàn không có.

Một số người đến chùa dâng cúng để cầu nguyện cho mình được *"mua may bán đắt, tai qua nạn khỏi, gia đạo bình an..."* Với sự cầu nguyện đó khi cúng dường, trước hết là họ đã không xa lìa được tâm tham lam, và như thế đã rơi vào trường hợp "bất thanh tịnh thí". Việc cúng dường của họ vì thế chỉ mang lại những lợi ích hoàn toàn giới hạn trong giá trị vật chất của số tiền họ hiến cúng. Tôi thường so sánh cách cúng dường như thế này với việc mang tiền gửi vào ngân hàng. Tiền không mất đi, nhưng đến một lúc nào đó bạn chỉ có thể nhận lại cũng số tiền ấy kèm theo một ít tiền lãi, thế thôi. Cách cúng dường này chắc chắn không thể nào mang lại "công đức vô lượng" như được mô tả trong Kinh điển, bởi nó bất quá chỉ là một loại tài thí, nhưng lại không thanh tịnh, vì không hề khởi tâm vị tha mà bị chi phối bởi tâm tham lam, vị kỷ. Do đó, trong trường hợp này thì hoàn toàn không có chút ý nghĩa nào của pháp thí.

Ngược lại, nếu người cúng dường nhận hiểu được sâu xa

việc mình đang làm, phát khởi tâm nguyện vị tha, vì sự lợi lạc cho tất cả chúng sanh mà cầu đạo giải thoát, quyết thành Chánh giác để giáo hóa chúng sanh, thì việc cúng dường đó sẽ có thể xem là bước khởi đầu cho hạnh nguyện vô biên của một vị Bồ Tát. Theo Kinh điển, công đức của việc cúng dường như thế sẽ là vô lượng, bất kể khoản tài vật cúng dường là lớn hay nhỏ, nhiều hay ít. Vì người cúng dường hướng tâm đến việc cầu đạo giải thoát và vì lợi lạc cho tất cả chúng sanh, nên ý nghĩa pháp thí ở đây là quá rõ ràng. Và như đã nói, sự phát tâm như thế chắc chắn sẽ không dừng lại ở việc cúng dường này, mà sẽ tiếp tục dẫn dắt người ấy đi theo con đường tu tập Chánh pháp, tiếp tục làm lợi lạc cho vô số người khác. Chính vì thế mà Kinh điển dạy rằng người cúng dường được như thế sẽ có công đức vô lượng.

Lấy theo hai trường hợp điển hình như trên mà xét, thì việc cúng dường có thể rơi vào bất kỳ khoảng nào ở giữa hai trường hợp đó. Khi sự nhận hiểu về ý nghĩa cúng dường càng sâu xa, sự phát tâm càng mãnh liệt trong ý hướng vị tha, thì ý nghĩa pháp thí càng rõ rệt và công đức cúng dường càng lớn lao. Ngược lại, khi người cúng dường không hiểu hoặc hiểu sai, hiểu một cách mơ hồ về ý nghĩa cúng dường, buông thả theo sự chi phối của lòng tham lam, vị kỷ, thì ý nghĩa pháp thí sẽ trở nên mờ nhạt hoặc mất hẳn, và kết quả của sự cúng dường đó chẳng qua cũng chỉ nằm trong phạm trù các giá trị vật chất mà thôi.

Vì thế, mỗi chúng ta trước khi phát tâm cúng dường lên chư vị tăng ni, chùa chiền, tự viện... cần biết tự vấn mình xem đã có đủ sự hiểu biết cần thiết về ý nghĩa của việc cúng dường hay chưa, đã có thể phát khởi tâm nguyện vị tha, vì sự lợi lạc cho tất cả chúng sanh hay chưa? Có như vậy thì việc cúng dường của chúng ta mới thực sự mang lại kết quả tốt đẹp và đúng nghĩa.

Chia sẻ tri thức

Đối với khá nhiều người, việc chia sẻ tri thức dường như rất ít khi được xem là có liên quan đến khái niệm bố thí. Thế nhưng, như đã nói rõ trong phần trước, chia sẻ tri thức là một trong các loại bố thí theo cách hiểu trong đạo Phật, và đó chính là hình thức *pháp thí*.

Với một số người khác, tuy cũng biết đến hình thức pháp thí, nhưng lại thường có khuynh hướng cho rằng chỉ những bài thuyết giảng Giáo pháp, Kinh điển... mới được xem là pháp thí. Thật ra, việc thuyết giảng Giáo pháp, Kinh điển được gọi là *xuất thế pháp thí*, nhưng pháp thí cũng đồng thời bao gồm cả việc chia sẻ mọi phạm trù tri thức khác, và việc chia sẻ những tri thức thuộc phạm vi thế tục được gọi là *thế gian pháp thí*, cũng là một hình thức bố thí.

Phần lớn chúng ta thường cho rằng mình không có khả năng để thực hành *xuất thế pháp thí*, bởi không có đủ sự am hiểu Giáo pháp, Kinh điển đến mức đủ để có thể giảng dạy cho người khác. Tuy nhiên, cách hiểu này chưa thực sự đúng, vì ngoài việc giảng giải, thuyết dạy, ta vẫn có thể thực hành *xuất thế pháp thí* theo nhiều cách khác nữa. Những việc làm như sao chép, in ấn, lưu hành Kinh điển, tạo điều kiện cho người khác được tiếp cận, học hỏi Kinh điển cũng chính là *xuất thế pháp thí*, vì chúng gieo xuống những hạt giống Bồ-đề, giúp cho nhiều người có thể nhờ đó mà sẽ đạt được sự giải thoát.

Chủ đề pháp thí sẽ bàn đến nhiều hơn trong một phần sau. Ở đây, chúng ta sẽ cố gắng tìm hiểu về việc chia sẻ tri thức như một trong các hình thức bố thí, tức là *thế gian pháp thí*.

Tri thức là một loại giá trị đặc thù mà khi mang ra chia sẻ chúng ta không hề bị mất đi như các giá trị vật chất. Khi chia sẻ các giá trị vật chất như thức ăn, quần áo, tiền bạc...

với người khác, chúng ta chấp nhận cho đi phần giá trị vật chất ấy để làm lợi lạc cho người khác. Nhưng với các giá trị tri thức thì hoàn toàn khác hẳn. Chúng ta có thể chia sẻ nhiều giá trị tri thức với người khác để giúp họ được lợi lạc, nhưng bản thân ta không mất đi gì cả. Ngược lại, chính trong quá trình truyền thụ tri thức cho người khác, chúng ta lại càng củng cố một cách vững chắc hơn nữa những kiến thức đã có.

Mặt khác, những lợi lạc mà tri thức có thể mang lại cho người khác là vô giá. Trong khi những giá trị vật chất như tiền bạc, thức ăn... có thể đo lường được số lượng và mang lại những lợi ích có giới hạn tùy theo số lượng nhiều hay ít của chúng, thì những giá trị tri thức lại không có sự hạn chế như vậy. Chẳng hạn, khi bạn dạy cho một người các công thức nấu ăn, và nhờ đó anh ta kiếm được việc làm nấu bếp cho một nhà hàng nào đó chẳng hạn, thì những tri thức do bạn chia sẻ đó sẽ tiếp tục mang lại lợi lạc cho anh ta một cách lâu dài không hạn chế... Những tri thức thuộc lãnh vực kinh nghiệm sống cũng vậy, đôi khi có thể giúp thay đổi cả một đời người theo hướng tốt đẹp hơn. Đó là điều mà các giá trị vật chất rất khó làm được.

Mỗi tri thức mà ta đã tích lũy được trong cuộc sống khi mang ra chia sẻ đúng lúc đều có thể làm lợi ích cho người khác. Một vài vị thuốc thảo dược đơn giản nhưng khi được chỉ dẫn đúng lúc có thể trị dứt một căn bệnh. Người chia sẻ bài thuốc ấy không mất mát gì, nhưng người nhận chia sẻ thì được lợi lạc vì trị dứt được bệnh tật cho người thân... Một kinh nghiệm mà ta phải mất nhiều năm mới có được, nếu hoan hỷ mang ra chia sẻ với đồng nghiệp sẽ có thể giúp người ấy không phải mất nhiều thời gian để tìm tòi, thử nghiệm như bản thân ta trước đây. Mỗi một lãnh vực đa dạng trong đời sống mà ta đã từng trải qua chắc chắn đều đã tích lũy cho ta ít nhiều những hiểu biết, kinh nghiệm. Những điều ấy sẽ có giá trị vô cùng lớn lao đối với những người đi sau ta trên cùng một con đường, hoặc thậm chí còn có thể giúp ích cho nhiều lãnh vực liên quan khác. Nhưng khi sẵn lòng mang ra chia sẻ những thứ ấy, bản thân ta cũng không mất đi điều gì cả.

Hẳn có người sẽ viện dẫn một số điều mà họ thấy là bất lợi khi chia sẻ tri thức cùng người khác. Họ có thể cho rằng, trong môi trường sống cạnh tranh lẫn nhau, khi người khác có được những tri thức mà ta đang nắm giữ, họ sẽ giành lấy nhiều nguồn lợi mà lẽ ra phải thuộc về ta. Nói cách khác, bạn sẽ phải cạnh tranh với chính những người mà bạn đã chia sẻ tri thức. Nhưng điều đó chỉ đúng trong một số trường hợp giới hạn, với những tri thức hiện đang là nguồn sống của người sở hữu nó chẳng hạn...

Như đã nói, tri thức là một giá trị. Và do đó, quyền sở hữu tri thức, hay sở hữu trí tuệ được cộng đồng xã hội thừa nhận và bảo vệ. Khi một tri thức nào đó là phát minh hay thành tựu có được từ quá trình nỗ lực học hỏi, nghiên cứu của riêng bạn, không ai có quyền sử dụng nó mà không được sự cho phép của bạn. Luật pháp bảo vệ điều này và có những quy định thích hợp để thực hiện sự bảo vệ đó. Tất nhiên, với những tri thức loại này, bạn hoàn toàn giữ quyền quyết định việc có chia sẻ với người khác hay không, và nếu có thì nên chia sẻ theo cách nào. Với những người làm việc trong lãnh vực nghiên cứu và sáng tạo, đôi khi quyền sở hữu trí tuệ là điều duy nhất mà họ có được từ thành quả lao động trí óc của mình. Những ai sử dụng các thành quả trí tuệ đó tất nhiên có nghĩa vụ phải chi trả bằng những khoản tiền tương xứng. Có như vậy thì những công việc nghiên cứu sáng tạo mới có thể được duy trì để tiếp tục phụng sự xã hội.

Trong nền văn minh phương Đông ngày xưa không thấy đặt ra vấn đề bảo vệ tác quyền. Những kiến thức chuyên môn như kinh nghiệm độc đáo hay sáng chế cá nhân được người ta giữ bản quyền cũng như tự bảo vệ bằng cách giấu kín và chỉ truyền dạy cho một số ít người nào đó, thường là trong gia tộc hoặc môn phái của mình. Từ đó ta thấy phát sinh những hiện tượng gia truyền, bí truyền... Điều này đã gây ra nhiều tổn thất lớn lao cho cộng đồng xã hội, vì những kiến thức loại này thường rất quý giá, có thể là kinh nghiệm tích lũy nhiều đời của những bộ óc kiệt xuất, tài ba, nhưng cuối cùng lại rất dễ dàng rơi vào tình trạng thất truyền, mất hẳn đi chỉ vì có một thế hệ nào đó không hoàn thành được việc trao truyền cho thế hệ truyền nhân kế tiếp. Ngày nay, chúng ta không chọn cách giấu kín tri thức như thế nữa, mà thay vì vậy những tri thức loại này sẽ được truyền bá một cách có điều kiện. Những người sử dụng tri thức phải trả tác quyền cho người sở hữu tri thức, sáng chế... Bằng cách đó, tri thức vẫn được lưu hành rộng rãi mà người sở hữu hay sáng chế nó vẫn không bị thiệt thòi.

Tuy nhiên, nhìn chung thì không phải tất cả những tri thức bạn có đều thuộc loại cần được bảo vệ. Trong thực tế, có rất nhiều tri thức chúng ta có được chính là nhờ sự chia sẻ miễn phí từ người khác. Một số khác có thể là kinh nghiệm của riêng ta, hoặc là kết quả của quá trình nghiên cứu, học hỏi dài lâu, nhưng việc chia sẻ với người khác chưa hẳn đã mang lại điều gì bất lợi cho ta. Trong trường hợp đó, chúng ta không có lý do gì khác cho việc không chia sẻ những tri thức ấy để mang đến sự lợi lạc cho người khác, trừ lý do duy nhất là lòng ích kỷ. Thậm chí, nếu quả thật có phải chịu thiệt thòi phần nào về mình, nhưng xét thấy sự lợi lạc mang đến cho người khác là lớn hơn, ta vẫn có thể chọn con đường chia sẻ hơn là khép kín. Bản thân người viết đã chọn chia sẻ những tác phẩm của mình hoàn toàn miễn phí với tất cả mọi người qua nhiều hình thức,[1] cho dù việc phát hành bản in các tác

[1] Tại địa chỉ www.rongmotamhon.net, độc giả có thể truy cập để xem miễn phí mọi nội dung.

phẩm đó là yếu tố quyết định phần lợi nhuận mà tác giả được hưởng.

Kho tri thức của mỗi người chúng ta đều đa dạng và vô tận. Mỗi một giây phút còn tồn tại trong đời sống, chúng ta không ngừng tiếp nhận thêm những hiểu biết, những kinh nghiệm mới. Tuy nhiên, trong thực tế thì phần lớn nguồn tri thức căn bản của chúng ta là nhận được từ sự chia sẻ của người khác. Những kiến thức khoa học, những hiểu biết thường thức, hầu hết không do ta tự tìm ra, mà là thừa hưởng từ sự tích lũy trao truyền của nhiều thế hệ đi trước. Không có những nguồn chia sẻ tri thức đó, chúng ta không thể được tận hưởng nếp sống văn minh của con người hiện đại. Hơn thế nữa, từ những phương thức ứng xử trong đời sống cho đến rất nhiều những hiểu biết thiết thực hằng ngày, chúng ta đều được học hỏi "miễn phí" theo một cách nào đó từ người khác. Vì thế, nếu xem xét vấn đề một cách "sòng phẳng" thì ta cũng có bổn phận phải đền đáp bằng cách chia sẻ tri thức với người khác, với cộng đồng quanh ta.

Chia sẻ tri thức là điều rất đơn giản nhưng ít người sẵn lòng thực hiện. Nhiều người thấy khó chịu khi phải dành thời gian để chỉ bày hay truyền đạt điều này điều nọ cho người khác, nhất là khi việc làm đó chẳng mang lại cho họ chút lợi ích vật chất nào ngay trước mắt. Tuy nhiên, nếu bạn thử chọn con đường hoan hỷ chia sẻ những gì mình biết với người khác, không bao lâu bạn sẽ thấy đời sống của mình thực sự thay đổi. Mọi quan hệ giữa bạn với người khác sẽ trở nên cởi mở và thân thiện hơn. Và điều này chắc chắn sẽ giúp bạn dễ dàng học hỏi được rất nhiều từ người khác. Cuối cùng, bạn sẽ sớm nhận ra một mối tương quan tất yếu: sự chia sẻ tri thức cũng chính là điều kiện để chúng ta có thể nhận được tri thức từ người khác.

Hơn nữa, khi nhận biết rằng tri thức cũng là một giá trị

để ta sử dụng trong việc thực hành bố thí, ta sẽ không còn thấy việc dành thời gian để chia sẻ tri thức với người khác là vô bổ, vì ta biết rằng điều đó đang mang lại lợi lạc cho người được chia sẻ cũng như chính bản thân ta. Thật ra, một trong những giá trị thực sự của đời sống chính là có được quan hệ giao tiếp tốt đẹp với mọi người quanh ta, và thực hành bố thí bằng cách chia sẻ tri thức giúp ta dễ dàng đạt được điều đó.

Chia sẻ thời gian

Thời gian là một giá trị vô cùng đặc biệt trong đời sống. Tự thân nó dường như rất khó có thể được xác định giá trị một cách cụ thể, nhưng nếu không có thời gian thì hầu như tất cả các giá trị khác đều trở thành vô nghĩa. Vì thế, giá trị của thời gian chính là giá trị nền tảng để ta có thể sử dụng được bất kỳ giá trị nào khác.

Và với sự quý giá như thế, việc chia sẻ thời gian của mỗi chúng ta với người khác tất nhiên sẽ là điều rất khó khăn. Có người cho rằng, thời gian ngày nay có giá trị gấp nhiều lần so với những thập niên trước đây, bởi hiện nay tất cả chúng ta đang phải vận hành với tốc độ của những máy vi tính cá nhân, của những đường truyền tải dữ liệu siêu tốc do con người tạo ra, thay vì là với tốc độ thông thường của những con người bằng xương bằng thịt. Điều đó làm cho quỹ thời gian của chúng ta trở nên ngày càng khan hiếm.

Ngày nay con người làm ra được rất nhiều thứ với một tốc độ chóng mặt, nhưng khi nhìn lại sự phân bổ thời gian trong một ngày của bản thân mỗi người, chúng ta thường không khỏi giật mình vì dường như ta có quá ít thời gian để dành cho chính mình và người thân trong gia đình. Thật ra, nếu chúng ta không sớm nhận ra và thay đổi, điều này có thể sẽ trở thành một vấn nạn trong đời sống tinh thần.

Người ta thường kể cho nhau nghe một giai thoại về Bill

Gates, ông chủ của Microsoft, rằng nếu khi đang đi mà đánh rơi tờ 100 đô-la thì ông ta sẽ không dừng lại để cúi xuống nhặt lên, vì như vậy sẽ mất đi một quãng thời gian mà ông có thể làm ra nhiều hơn 100 đô-la!

Tôi không hoài nghi khả năng đó ở một con người tài ba và thành đạt như Bill Gates, nhưng tôi không nghĩ rằng tất cả thời gian của ông đều phải hoán đổi thành tiền theo cách đó. Lấy ví dụ, cứ cho là ông ta sẽ mất khoảng 5 giây để dừng lại và cúi xuống nhặt tờ giấy bạc vừa đánh rơi, và sau khi làm phép toán so sánh như trên thì ông không cần nhặt nó để khỏi mất quãng thời gian 5 giây. Như vậy, có thể biết rằng trong một phút ông ta có thể làm ra nhiều hơn con số 60/5 = 12 lần x 100 đô-la, tức là 1.200 đô-la.[1] Mặc dù vậy, nếu ông ta đưa vợ đi ăn tối trong khoảng 1 giờ, tôi không tin là ông sẽ suy tính đến khoản tiền 1.200 đô-la x 60 phút = 72.000 đô-la bị mất đi, hoặc chí ít cũng không nghĩ rằng vợ ông phải thừa nhận ông đang dành cho bà một giá trị 72.000 đô-la!

Vì thế, cho dù tục ngữ có câu: "Thì giờ là vàng bạc", chúng ta cũng không thể hình dung được rằng tất cả thời gian của mình đều có thể hoán chuyển thành tiền bạc. Trong thực tế, để thời gian có thể biến thành tiền bạc hay giá trị vật chất, chúng ta cần đến hàng loạt các giá trị khác phải được sử dụng đồng thời trên nền tảng của quãng thời gian đó. Như thế, thời gian tự nó không biến thành tiền bạc, mà điều đó chỉ xảy ra khi chúng ta kết hợp sử dụng được năng lực làm việc, cảm hứng làm việc, các điều kiện làm việc... cũng như nhiều yếu tố hỗ trợ khác nữa. Chính vì thế mà điều tất yếu là chúng ta không thể sử dụng tất cả thời gian của mình để làm ra tiền bạc nói riêng, hay các giá trị vật chất nói chung. Chúng ta còn cần đến thời gian để nuôi dưỡng năng lực làm

[1] Trong thực tế, đã có một bài báo ước tính Bill Gates có thu nhập trong mỗi giây là 250 đô-la Mỹ; tức là khoảng 20 triệu đô-la mỗi ngày và khoảng 7,8 tỷ đô-la trong 1 năm!

việc, để tạo cảm hứng, điều kiện... cho công việc của mình. Và vượt trên tất cả những điều đó, chúng ta cần thời gian để thực sự được sống, bởi mọi giá trị vật chất được làm ra suy cho cùng cũng chỉ là để phục vụ đời sống, nếu ta cứ mải miết chạy theo việc tạo ra các giá trị vật chất mà không có được những phút giây thực sự để cảm nhận đời sống này thì điều đó sẽ vô nghĩa biết bao!

Trong ý nghĩa đó, chúng ta rất cần phải xét đến việc dành thời gian chia sẻ với người khác. Chia sẻ thời gian không giống với việc chia sẻ các giá trị vật chất hay tri thức, vì nó vừa có thể bao gồm các giá trị đó, vừa mang những tính chất đặc thù khác nữa. Khi bạn chia sẻ tri thức với người khác trực tiếp hoặc gián tiếp, điều tất nhiên là bạn vẫn đang dành một phần thời gian cho người được chia sẻ. Tuy nhiên, điều mà bạn đang nhắm đến vẫn là chia sẻ tri thức. Khi bạn hướng đến việc chia sẻ thời gian, bạn không nhất thiết phải có hoặc không có kèm theo các giá trị khác. Việc dành thời gian để chia sẻ với người khác tự nó đã là một giá trị. Khi một người thân cần đến và bạn có mặt bên cạnh, tự thân điều đó đã là một giá trị. Bạn không kèm theo và người đó cũng có thể không cần đến bất kỳ giá trị nào khác ngoài sự có mặt bên cạnh của bạn. Cũng vậy, khi bạn đến với một ai đó trong ý nghĩa chia sẻ thời gian, bạn có thể làm bất cứ điều gì có thể được vì người ấy, nhưng cũng có thể là không cần phải làm gì cả, mà chỉ là một sự có mặt đơn thuần để chia sẻ cùng nhau những cảm xúc nhất định, những khoảnh khắc trong đời sống.

Những người trước tiên mà bạn cần thiết phải chia sẻ thời gian chính là những người thân quanh bạn. Nếu bạn nghĩ rằng trách nhiệm của một người cha tốt hay một người chồng lý tưởng chỉ là lo chống đỡ kinh tế gia đình, có lẽ bạn cần phải xem xét lại. Điều đó tất nhiên cũng không sai, nhưng có lẽ là chưa đủ. Bạn nên biết, những gì mà người thân của bạn cần đến không chỉ là những giá trị vật chất để đảm bảo một cuộc sống gia đình sung túc, mà còn là bầu không khí ấm áp thực sự dưới một mái gia đình, khi mọi người có đủ cơ hội để chia sẻ cảm xúc và quan tâm đến nhau. Và xét từ góc độ này thì việc chia sẻ thời gian là điều tối cần thiết mà không gì khác có thể thay thế được. Nếu nhìn lại quỹ thời gian trong ngày và không thấy có thời gian nào dành riêng cho gia đình, có lẽ bạn cần phải suy nghĩ về điều đó.

Rất có thể một số người sẽ đặt câu hỏi, khi tôi dành thời gian cho chính gia đình tôi thì điều đó làm sao có thể mang ý nghĩa vị tha, bố thí như đang bàn ở đây? Sự thật là có đấy. Khi bạn sinh khởi tâm vị tha hướng về sự lợi lạc cho người khác, hoàn toàn không có lý do gì để bạn phải loại trừ những "người khác" ở ngay bên cạnh bạn, trong gia đình bạn. Trong thực tế, nếu bạn còn chưa ứng xử vị tha được với chính gia đình mình thì bạn rất khó lòng có thể thực sự mở lòng vị tha đến với những người khác. Vì thế, cách thực hành vị tha tốt nhất vẫn phải là khởi đầu từ chính những người thân quanh bạn, trước khi phát triển dần dần đến với mọi người khác.

Khi đã tạo được một không khí gia đình hạnh phúc, bạn mới có thể tiến đến sự hài hòa chia sẻ với những người khác trong cộng đồng thôn xóm, rồi rộng ra đến với tất cả mọi người. Nền tảng của quá trình phát triển tốt đẹp này chính là việc biết dành thời gian để chia sẻ, cảm thông cùng người khác. Và khi chia sẻ thời gian với người khác để giúp cho cuộc sống ngày càng tốt đẹp hơn, đó chính là bạn đang thực hành bố thí.

Chia sẻ yêu thương

Mỗi chúng ta ai cũng đã có ít nhất hơn một lần cảm nhận những cảm xúc ngọt ngào ấm áp khi được ai đó dành cho ta sự thương yêu. Đó có thể là một lời nói thương yêu, một cử chỉ đằm thắm biểu lộ tình cảm sâu xa, hay một sự vuốt ve trìu mến từ khi ta còn thơ ấu... Những cảm xúc ngọt ngào khi được thương yêu luôn để lại nhiều ấn tượng tốt đẹp và sâu đậm trong lòng ta. Có những ấn tượng thuộc loại này thậm chí có thể theo ta trong suốt cả cuộc đời.

Điều nghịch lý đối với phần lớn chúng ta là, cho dù ta cảm nhận dễ dàng những tác động tích cực của tình thương mà người khác dành cho ta, nhưng bản thân ta lại thường rất hạn chế việc dành tình thương cho người khác. Chúng ta thường tiếp cận người khác với ít nhiều sự hoài nghi hơn là cởi mở; với sự phê phán, chê bai và chỉ trích hơn là cảm thông, thân thiện và gần gũi. Những điều đó trở thành rào cản của sự thương yêu, và khiến cho ta luôn phải tìm kiếm một lý do nào đó để mở lòng chia sẻ yêu thương cùng người khác.

Thật ra, về bản chất thì tình thương không cần phải viện đến lý do. Khi nhìn thấy một em bé kháu khỉnh, cảm nhận chung của hầu hết chúng ta là "em bé thật dễ thương", nhưng chúng ta không cần đến sự giải thích vì sao nó "dễ thương". Những cảm xúc tự nhiên như thế thuộc về bản năng của mỗi chúng ta, và nó sinh khởi rất tự nhiên. Cũng giống như khi ta nhìn thấy một ai đó rơi vào hoàn cảnh đau thương bi đát thì trong ta tự nhiên khởi sinh lòng thương cảm, muốn sẻ chia giúp đỡ... Điều đó hầu như sẵn có ở tất cả chúng ta, và nếu như nó thật sự đã mất đi ở một người, ta sẽ bảo đó là một con người vô cảm.

Nhưng trong thực tế thì cuộc sống với nhiều va chạm và lăn trải dường như đã làm cho mỗi chúng ta cũng dần dần trở nên vô cảm ở một chừng mực nào đó mà chính ta đôi khi không thể tự nhận biết. Điều này khiến cho chúng ta gần như luôn bị ngăn trở mỗi khi sinh khởi lòng yêu thương hướng về ai đó theo bản năng tự nhiên. Khuynh hướng "vô cảm" cũng như sự ngăn trở này thật ra có nguyên nhân sâu xa từ lòng vị kỷ mà chúng ta đang âm thầm nuôi dưỡng. Do tâm lý vị kỷ, chúng ta luôn có cảm giác hoài nghi về người khác, luôn nghĩ rằng họ rất có thể đang có ý đồ lấy đi một cái gì đó của ta... Điều nguy hiểm hơn nữa là, trong lòng ta vẫn luôn âm thầm xem tâm lý hoài nghi đó như một kiểu cơ chế "tự vệ" cần thiết để giúp ta phòng ngừa trước những "mưu đồ hãm hại" nếu có của người khác.

Các nhà khoa học hiện nay cũng đã nhận biết được tâm lý ẩn tàng này và có khuynh hướng giải thích về nó như là hệ quả từ hoạt động của phần não bộ được gọi tên là *cuống não (brain stem)* hay *não bò sát*, vốn là một trong 3 phần cấu thành toàn bộ não của con người, bao gồm *cuống não (brain stem)*, *viền não (limbic system)* và *vỏ não mới (neocortex)*.

Trong quá trình hình thành và phát triển não bộ con người, phần cuống não *(brain stem)* là phần có nguồn gốc cổ xưa nhất, đã xuất hiện sớm nhất. Trong thực tế, loài bò sát hiện nay vẫn còn giữ nguyên cấu trúc não bộ gần giống như phần cuống não của con người, vì thế mà phần cuống não này cũng thường được gọi là phần não bò sát. Đặc trưng của các hoạt động cuống não là điều khiển những phản ứng tức thời hoàn toàn theo bản năng, không có sự tham gia của tiến trình suy luận hay đối chiếu kinh nghiệm. Các hoạt động này là bản năng tối cần thiết cho sự sinh tồn của động vật, khi cần phải phản ứng tức thời trước bất kỳ mối nguy hiểm đe dọa nào từ môi trường sống. Hệ quả là nếu một loài động vật chỉ đơn thuần hoạt động theo kiểu này - như loài bò sát - thì chúng hoàn toàn không có khả năng thân thiện hay hòa giải. Trong "lập trình" của loại não bộ này chỉ có đơn thuần một kiểu phản ứng chọn lựa tức thời giữa "bỏ chạy" (khi thấy mình yếu kém) hoặc "tấn công" (khi thấy mình đủ mạnh). Thuật ngữ tiếng Anh gọi kiểu phản ứng này là *fight-or-flight* (chống lại hay bỏ chạy). Chúng ta có thể thấy ngay kiểu hoạt động "sơ khai" này của phần não bò sát không thể là mảnh đất màu mỡ cho tình thương phát triển.

Nhưng bản năng sinh tồn là hết sức mạnh mẽ. Vì thế, tuy với các phần não bộ phát triển về sau, đặc biệt là lớp vỏ não mới *(neocortex)*, con người đã trở thành một sinh vật bậc cao với những phát triển tâm sinh lý vô cùng phức tạp và tinh tế, có khả năng nuôi dưỡng lòng thương yêu hướng về người khác, nhưng kiểu bản năng *fight-or-flight* của thời cổ xưa dường như vẫn chưa hoàn toàn mất hẳn. Nó vẫn âm thầm tác động và làm cho chúng ta luôn có khuynh hướng ngờ vực khi tiếp cận bất kỳ đối tượng mới nào, như một cách mà ta cho là cần thiết để tự bảo vệ.

Và chính cái tâm lý "tự vệ" này là một rào cản rất kiên cố, nó ngăn trở mỗi khi ta muốn mở lòng chia sẻ yêu thương cùng ai đó. Thay vì khởi đầu một quan hệ mới với sự cảm thông và thân thiện, tâm lý "tự vệ" này thôi thúc ta phải luôn dè dặt, hoài nghi đối với bất kỳ con người nào mà ta chưa thực sự biết rõ. Ta có cảm giác rằng cung cách ứng xử như vậy là an toàn hơn, ít rủi ro hơn, và do đó có thể bảo vệ ta trước những mối nguy hiểm nào đó có thể có trong giao tiếp.

Tuy nhiên, khi ta chọn cách ứng xử "an toàn" như thế thì ta cũng đồng thời đánh mất đi nhiều cơ hội quý giá để cảm thông với người khác. Điều đó khiến cho tâm hồn ta trở nên khép chặt thay vì là rộng mở, và sự "an toàn" mà ta cảm nhận đó thật ra chỉ là một sự né tránh thực tại, nên nó luôn mang lại cho ta cảm giác yếu đuối và sợ sệt thay vì là an ổn và vững chãi. Mặt khác, nó cũng thường tạo ra những định kiến không tốt về người khác, khiến ta không thể nhận biết những phẩm chất tốt đẹp thật có nơi họ.

Những khuynh hướng tâm lý như vừa nói trên là hoàn toàn có thể vượt qua bằng sự phân tích của lý trí cũng như sự tu dưỡng của tâm hồn. Với những trải nghiệm thực tiễn trong cuộc sống, chúng ta sẽ dần dần nhận ra rằng sự hoài nghi và khép kín hoàn toàn không phải là phương thức để giúp ta được an ổn. Ngược lại, chính sự cảm thông và hòa nhập với mọi thành viên khác trong cộng đồng mới chính là cách tốt nhất để ta được an toàn và hạnh phúc.

Khi thay đổi khuynh hướng nhận thức về người khác và bắt đầu nuôi dưỡng lòng thương yêu, ta sẽ thấy cuộc sống nói chung và những quan hệ với người khác nói riêng đều dần dần rộng mở. Và hiệu quả tương tác nảy sinh sẽ giúp ta nhận được ngày càng nhiều hơn sự cảm thông, chia sẻ và thương yêu từ người khác. Một khởi đầu như thế bao giờ cũng làm cho cuộc sống của chúng ta bắt đầu có những thay đổi, chuyển biến tích cực hơn.

Chúng ta chỉ có thể chia sẻ yêu thương cùng người khác khi tự thân ta đã nuôi dưỡng được lòng thương yêu rộng lớn và vô điều kiện. Đây chính là lý do vì sao khi thực hành bố thí đức Phật đã dạy rằng phải khởi đầu với tâm từ bi. Chúng ta luôn có được những lợi lạc vô biên khi nuôi dưỡng lòng từ bi, biết thương yêu mọi người. Khi ta mang sự yêu thương đó chia sẻ cùng mọi người, đó chính là thực hành bố thí, vì ta đang mang đến cho họ những lợi lạc vô biên như chính ta được hưởng, và điều đó thì không một giá trị vật chất nào có thể thay thế được.

Chia sẻ yêu thương là phát khởi lòng thương yêu bình đẳng hướng đến tất cả, nhưng điều đó không có nghĩa là ta sẽ ứng xử giống hệt như nhau đối với tất cả mọi người. Bởi vì sự bình đẳng không có nghĩa là xóa bỏ đi mọi khác biệt thật có giữa những cá nhân. Ngược lại, với lòng thương yêu bình đẳng, ta sẽ luôn sáng suốt nhận ra được sự khác biệt của mỗi người mà ta có cơ hội tiếp xúc, và có những ứng xử thích hợp với từng người xuất phát từ một nền tảng duy nhất là lòng thương yêu mà ta hướng đến họ.

Lòng thương yêu vô điều kiện hướng đến tất cả mọi người như đề cập ở đây hoàn toàn khác với sự luyến ái có điều kiện mà chúng ta thường hướng về một số đối tượng giới hạn. Điều kiện của luyến ái là đối tượng phải thỏa mãn những gì ta mong muốn. Đó có thể là người có ngoại hình như ta yêu thích, hoặc có cung cách ứng xử, nói năng làm ta ưa chuộng, thích thú... hoặc cũng có thể là người mà ta đặt kỳ vọng sẽ làm điều gì đó theo ý ta... Nói chung, khi ta hướng tâm luyến ái đến một đối tượng thì yếu tố quyết định không phải do nơi tự thân đối tượng đó, mà là thông qua một quá trình so sánh và đối chiếu với những điều kiện nhất định đã hình thành trong ta. Sự thỏa mãn các điều kiện chủ quan do ta đưa ra chính là yếu tố quyết định để ta khởi tâm luyến ái với một đối tượng. Ngược lại, khi bạn phát khởi tâm từ bi và hướng sự thương yêu đến mọi người thì đó là một sự thương yêu khởi sinh từ trong tâm thức của bạn, không có sự phụ thuộc vào những điều kiện hay kỳ vọng nơi đối tượng. Chính vì thế, sự luyến ái luôn thay đổi tùy theo các điều kiện được đặt ra, trong khi lòng thương yêu chân thật thì không hề thay đổi.

Do sự khác biệt về cơ bản như trên, nên sự ái luyến luôn đi kèm theo với ý đồ chiếm hữu và tâm ích kỷ. Với tâm ái luyến, bạn thương yêu một người và mong muốn người đó là của bạn, phải làm mọi việc theo ý bạn... Nếu điều đó không được thỏa mãn, bạn đau khổ và thậm chí còn có thể sinh tâm oán hận, căm ghét chính người mà bạn đã từng thương yêu. Ngược lại, với lòng thương yêu chân thật thì bạn luôn mong muốn cho người mình thương yêu luôn được nhiều lợi lạc, được an ổn và hạnh phúc. Những mong muốn ấy không hề có bất kỳ điều kiện nào khác đi kèm theo. Vì thế, bạn không bao giờ phải rơi vào tâm trạng thất vọng, cho dù đối tượng mà bạn thương yêu đó có ứng xử theo bất cứ cung cách nào.

Do đó, khi nuôi dưỡng lòng thương yêu chân thật thì cảm xúc thương yêu càng mạnh mẽ sẽ giúp bạn càng trở nên sáng suốt, an lạc và hạnh phúc. Ngược lại, khi rơi vào luyến ái thì cảm xúc càng mạnh mẽ bạn càng trở nên mù quáng, khổ đau và sợ hãi. Những điều này đã được đức Phật chỉ rõ trong Kinh Pháp cú:

Ái luyến sinh sầu bi,
Ái luyến sinh sợ hãi.
Ai giải thoát ái luyến,
Không sầu, đâu sợ hãi.

Kinh Pháp cú
(Kệ số 213 - HT Thích Minh Châu dịch)

Chính vì thế mà khi rơi vào luyến ái thì con người luôn trở thành yếu đuối và bất an. Ngược lại, khi phát khởi được tâm từ bi và nuôi dưỡng lòng thương yêu hướng đến mọi người thì tâm hồn ta ngày càng mạnh mẽ, an ổn và hạnh phúc.

Lòng yêu thương là một giá trị vô giá và vô hạn trong cuộc sống mà ta có thể chia sẻ mãi mãi cùng tất cả mọi người. Và hơn thế nữa, việc thực hành chia sẻ yêu thương hướng đến người khác cũng chính là vun bồi và nuôi dưỡng hạt giống thương yêu trong chính bản thân ta. Và điều đó mang lại lợi lạc cho chính ta trước khi lan tỏa và làm lợi lạc cho tất cả mọi người khác.

Chia sẻ niềm tin

Niềm tin mang lại cho chúng ta sức mạnh tinh thần trong cuộc sống. Trong rất nhiều trường hợp, nhờ có niềm tin ta mới có thể vượt qua mọi hoàn cảnh khó khăn mà không rơi vào sự buông xuôi, tuyệt vọng.

Mỗi người chúng ta có thể tìm được niềm tin trong cuộc sống theo một cách khác nhau. Có người đặt niềm tin vào một lý tưởng, học thuyết hay triết lý; nhiều người khác thường đặt niềm tin vào tôn giáo, tín ngưỡng. Dù là chọn đặt niềm tin vào đối tượng nào đi nữa, việc xác lập niềm tin luôn mang lại cho chúng ta một sức mạnh tinh thần đáng kể.

Việc xác lập niềm tin thường là một quá trình lâu dài và liên tục trải qua nhiều thử thách chứ không phải kiểu quyết định đưa ra một lần và bất biến. Trong thực tế, khi những thử thách mà một cá nhân đặt ra cho đối tượng niềm tin của mình không được thỏa mãn, cá nhân đó sẽ không thực sự đặt niềm tin vào đối tượng ấy. Mỗi một cá nhân cũng có những yêu cầu khác nhau trong việc xác lập niềm tin của mình, tùy thuộc vào nền tảng giáo dục cũng như môi trường, hoàn cảnh sống khác biệt và nhất là cá tính của mỗi người. Có những người rất dễ đặt niềm tin, chẳng hạn như chấp nhận dựa theo truyền thống gia đình hoặc tin theo người khác, nhưng có người phải tự mình trải qua những quá trình thao thức, trăn trở rất lâu trước khi có thể thực sự xác lập được niềm tin cho cuộc đời mình. Nói chung, với một nền tảng tri thức càng sâu vững thì việc xác lập niềm tin thường sẽ được thực hiện với sự cẩn trọng và với nội hàm sâu sắc hơn.

Thật ra, nếu chúng ta chọn một nếp sống không ngừng vươn lên hoàn thiện bản thân thì việc xác lập niềm tin sẽ là một công việc kéo dài liên tục. Có những tiêu chí để xác lập niềm tin chỉ đúng và phù hợp trong một giai đoạn nhất định, nhưng sau những trải nghiệm và học hỏi của chúng ta từ cuộc sống thì chúng cần được thay đổi. Chính vì thế mà không ít người đã thay đổi niềm tin của họ vào một giai đoạn nào đó trong cuộc đời, cho dù đó có thể là niềm tin vào một lý tưởng, một triết thuyết hay một tôn giáo... Khi niềm tin được xác lập với một định kiến là sẽ không bao giờ thay đổi, đó là cuồng tín. Khi niềm tin được xác lập không cần đến sự phân tích, suy luận và khảo xét, đó là mê tín. Một niềm tin chân chánh, hay chánh tín, luôn được xác lập với sự phân tích sâu xa, suy luận sáng suốt và khảo xét kỹ lưỡng, đảm bảo rằng niềm tin ấy phải đáp ứng mọi tiêu chí cần thiết để trở thành một định hướng đúng đắn cho cuộc sống.

Dù là cuồng tín, mê tín hay chánh tín, tất cả những niềm

tin này đều mang lại cho chúng ta sức mạnh tinh thần. Điều bất hạnh cho những người cuồng tín và mê tín là niềm tin của họ sẽ dẫn dắt họ đi theo những con đường sai trái, với những hành vi gây khổ đau cho chính bản thân và người khác, thay vì là kiến tạo một đời sống an vui và hạnh phúc. Ngược lại, khi có được chánh tín, chúng ta sẽ luôn hướng đến một đời sống ngày càng tốt đẹp hơn, một tương lai luôn giảm nhẹ khổ đau và tăng thêm hạnh phúc.

Đức Phật dạy rằng, nếu muốn có một cuộc sống hạnh phúc thì chúng ta phải xác lập niềm tin theo chánh tín. Ngài không chấp nhận việc tin theo, ngay cả là tin theo những lời dạy của ngài, mà không có sự phân tích, suy luận và khảo xét kỹ lưỡng cũng như tự mình thể nghiệm những giá trị chân thật. Vì thế, ngay cả đối với những người Phật tử thuần thành thì việc tin theo lời Phật dạy cũng không bao giờ là một sự bắt buộc. Thay vì vậy, việc tin theo lời Phật dạy phải là một quá trình liên tục nhận hiểu, thể nghiệm và xác tín. Trong suốt quá trình này, các yếu tố luôn hỗ tương cho nhau, và nếu mọi thứ được vận hành đúng hướng, niềm tin của bạn sẽ ngày càng sâu vững hơn. Chẳng hạn, nhờ có sự nhận hiểu mà ta có thể tự mình thể nghiệm, nhờ thể nghiệm mà ta xác tín vào những lời dạy, nhưng cũng đồng thời nhận hiểu được đầy đủ hơn ý nghĩa của vấn đề. Rồi nhờ nhận hiểu đầy đủ hơn mà sự thể nghiệm sẽ được sâu sắc hơn. Quá trình tương tác này sẽ liên tục làm cho niềm tin của ta khi đã đặt vào một điều thực sự đúng đắn thì sẽ ngày càng sâu vững hơn, nhưng đồng thời cũng đảm bảo nếu đó là một niềm tin lệch lạc thì ta sẽ sớm nhận biết và từ bỏ.

Việc xác lập niềm tin chân chính mang lại cho chúng ta những lợi lạc lớn lao trong cuộc sống, mà trước hết là một nghị lực vững vàng giúp ta có thể vượt qua mọi khó khăn thử thách. Ngoài ra, niềm tin chân chánh cũng dẫn dắt chúng ta trong bất kỳ hoàn cảnh nào, giúp ta không rơi vào sai lầm, lệch lạc, không chạy theo những thôi thúc không chính đáng, và nhờ đó mà không gây ra khổ đau cho chính mình và người khác. Hơn thế nữa, niềm tin cũng giúp ta luôn duy trì được sự lạc quan hy vọng trong cuộc sống, cho dù có phải đối mặt với những hoàn cảnh bi thương mất mát. Và quan trọng hơn hết, niềm tin chân chánh luôn là động lực thúc đẩy chúng ta không ngừng vươn lên hoàn thiện chính mình, luôn hướng đến những mục đích cao quý hơn, ý nghĩa hơn trong cuộc sống.

Do những công năng lớn lao đó nên việc xác lập niềm tin chân chánh có thể xem là một thành tựu vô cùng lớn lao mà không phải bất kỳ ai cũng dễ dàng có được. Đây không phải điều tất nhiên phải đến, mà là kết quả của một quá trình kiên trì tìm kiếm, nỗ lực hết mình với cả trí tuệ và thể lực để vượt qua mọi thử thách, loại bỏ mọi sai lầm. Có người phải trải qua gần hết cuộc đời với sự trăn trở, quay quắt trong những nhận thức trái chiều nhau cũng như phải trải nghiệm vô vàn những khổ đau, bất hạnh trong cuộc sống, rồi cuối cùng mới có thể tìm ra được một niềm tin đích thực cho cuộc đời mình. Lại có những người kém may mắn hơn, cho dù đã kiên trì nỗ lực rất nhiều, nhưng do những hoàn cảnh khách quan không thuận lợi nên vẫn chưa bao giờ có thể thực sự xác lập được một niềm tin chân chánh cho bản thân. Với những người ấy, cho dù đã trải nghiệm rất nhiều trong cuộc sống, nhưng cuộc đời họ rốt cùng vẫn như một con tàu chưa bao giờ tìm được bến đậu. Họ không thể tìm được sự an ổn và hạnh phúc đích thực trong cuộc sống. Kém may mắn hơn nữa là những người đã đặt niềm tin sai lầm nhưng chưa đủ sức để tự mình nhận ra, và vì thế họ thường mải miết đi theo một con đường luôn dẫn đến những khổ đau, bất hạnh cho bản thân và người khác.

Vì thế, khi bản thân ta may mắn có được một niềm tin chân chánh thì việc chia sẻ niềm tin đó với người khác sẽ có thể mang lại cho họ rất nhiều lợi lạc. Chia sẻ niềm tin cũng đồng nghĩa với việc dẫn dắt người khác đi theo đường ngay nẻo chánh, hướng đến sự an vui hạnh phúc, tránh cho họ những con đường lầy lội chông gai mà đích đến chỉ là những buồn đau khổ não. Nếu bạn thực sự làm được điều đó, chắc chắn bạn đang giúp đỡ người khác theo cách tốt đẹp nhất, bởi vì tất cả mọi giá trị trong đời sống của họ đều sẽ nhờ đó mà trở nên thực sự có ý nghĩa.

Nhưng cho dù có những lợi lạc lớn lao như thế, việc chia sẻ niềm tin không thể là sự áp đặt những nhận thức đã có của bạn lên người khác. Những chỉ dẫn và chia sẻ kinh nghiệm trong tinh thần vị tha là vô cùng đáng quý, nhưng mỗi người đều có nhận thức riêng của mình. Trừ phi bạn có thể làm cho người khác thay đổi nhận thức, bằng không thì mọi sự áp đặt đối với họ đều sẽ tạo ra những tác dụng ngược lại với ý muốn của bạn. Không ai có thể chấp nhận việc suy nghĩ bằng cái đầu của người khác, hay nói khác đi là chấp nhận tin theo những điều mà mình chưa thực sự thấy là đúng đắn.

Vì thế, trong việc chia sẻ niềm tin thì khả năng thuyết phục bằng cuộc sống của bản thân chúng ta là rất lớn. Đạo Phật gọi đó là *thân giáo*, nghĩa là lấy chính bản thân mình làm bài học giáo hóa người khác. Điều này có thể hiểu theo một cách khác hơn là, bạn chỉ có thể chia sẻ với người khác những gì mà bạn đang thực sự có được trong tầm tay. Nếu bạn thuyết giáo về đạo đức, bản thân bạn phải thực sự có được những giá trị đạo đức đích thực. Nếu bạn muốn chia sẻ với người khác một nếp sống để có hạnh phúc, bạn phải chắc chắn bản thân mình đang có hạnh phúc. Khi tự thân bạn đã có được những gì bạn muốn chia sẻ, thì sự chia sẻ đó mới thực sự có giá trị thuyết phục người khác.

Do sự nhiệt thành với niềm tin mình đang theo đuổi, rất nhiều người muốn chia sẻ niềm tin nhưng lại sai lầm chọn những phương cách áp đặt lên người khác. Điều đó không bao giờ mang lại kết quả tốt đẹp cả. Bạn muốn người khác thay đổi niềm tin ư? Cách duy nhất để làm điều đó là hãy chứng tỏ cho họ thấy bằng cuộc sống của chính bản thân bạn, rằng niềm tin mà bạn đang theo đuổi đã mang lại cho bạn những lợi lạc lớn lao như thế nào. Nếu bạn không làm được điều đó, mọi sự áp đặt đều sẽ không được chấp nhận. Nhiều bi kịch đã từng xảy ra ngay trong bối cảnh gia đình, khi người ta cố ép buộc những người thân như vợ con, anh em... phải đi theo một niềm tin, một tôn giáo mà bản thân họ cho là tốt đẹp, nhưng lại hoàn toàn thất bại trong việc chứng tỏ sự tốt đẹp đó bằng cuộc sống của bản thân họ. Trên bình diện rộng hơn của cộng đồng xã hội, những cuộc chiến tranh nhằm mở rộng tôn giáo mà nhiều người cố gọi là "thánh chiến" thật ra chẳng bao giờ có thể làm cho con người trở nên thánh thiện hơn mà chỉ là ngược lại. Thay vì mang đến an vui hạnh phúc cho người khác, người ta chỉ điên cuồng tạo ra thêm vô vàn những khổ đau và bất hạnh.

Bởi vậy, việc chia sẻ niềm tin là điều nên làm, nhưng phải được thực hiện một cách thích hợp và xuất phát từ lòng vị tha, chân thành muốn mang đến lợi lạc cho người khác. Nếu được như thế, bản thân chúng ta sẽ được lợi lạc nhờ nuôi dưỡng tâm từ bi mà cũng đồng thời làm lợi lạc cho người khác qua việc giúp họ sớm xác lập được một niềm tin chân chánh.

Pháp thí

Chúng ta vừa bàn đến việc chia sẻ niềm tin, mà thật ra cũng là một trong các hình thức pháp thí, tất nhiên là với điều kiện sự chia sẻ niềm tin đó xuất phát từ lòng vị tha và thực sự có mang lại lợi lạc cho người khác.

Nhưng như đã nói, pháp thí còn có phạm trù rộng hơn rất nhiều. Nói một cách khái quát thì pháp thí là phát tâm vị tha mà truyền đạt, chia sẻ với người khác những tri thức, hiểu biết có thể giúp mang lại lợi lạc cho đời sống của họ. Khi những lợi lạc đó chỉ giới hạn trong phạm vi đời sống thế tục thì đó là *thế gian pháp thí*. Nhưng nếu những lợi lạc đó có thể giúp người ta gieo trồng nhân duyên giải thoát, hướng đến sự giác ngộ viên mãn, vượt thoát luân hồi, thì đó được gọi là *xuất thế pháp thí*.

Trong phần này chúng ta sẽ cố gắng tìm hiểu một số vấn đề liên quan đến *xuất thế pháp thí*, vẫn thường được nhiều người hiểu một cách ngắn gọn là *pháp thí*.

Vì *pháp thí* ở đây là giúp cho người khác có được những tri kiến cần thiết để tu tập hướng đến giải thoát, đến sự giác ngộ, nên tất cả nội dung thật ra không đi ngoài những lời dạy của đức Phật trong Kinh điển. Trong một chừng mực nhất định, pháp thí cũng chính là việc nỗ lực giảng giải và truyền bá rộng rãi Kinh điển trong phạm vi khả năng của mình, vì đó là cách tốt nhất để giúp người khác đi theo con đường giải thoát.

Khi thực hành đúng đắn, pháp thí mang lại lợi lạc lớn lao hơn bất kỳ hình thức tài thí nào, bởi sự lợi lạc mà nó mang lại là chân thật và lâu bền, không có sự giới hạn như tài thí. Khi bạn giúp cho ai đó một lượng vật chất, sự giúp đỡ ấy chỉ có giá trị giới hạn tùy thuộc vào giá trị của lượng vật chất đó. Nhưng khi bạn giúp cho người khác nhận hiểu và tu tập hướng đến mục đích giải thoát, thì lợi ích mà người ấy nhận được trong hiện tại là hết sức lớn lao, và điều đó cũng tiếp tục mang đến lợi lạc trong tương lai mà không hề có sự giới hạn. Hơn thế nữa, khi một người có sự thực hành tu tập chân chánh, chính họ cũng sẽ mang lại được nhiều lợi lạc cho những người quanh họ, và như vậy tác dụng của sự thực hành pháp thí càng được gia tăng theo chiều hướng ngày càng lan rộng.

Nhưng cũng chính vì có tác dụng lâu bền và lan rộng như thế nên việc thực hành pháp thí cần phải hết sức cẩn trọng. Thử tưởng tượng, nếu bạn chia sẻ với ai đó một tri kiến sai lầm trong định hướng sống và người ấy đặt trọn niềm tin vào điều đó. Như vậy, tác hại mà bạn gây ra cho người ấy sẽ lớn lao và nghiêm trọng vô cùng, vì tri kiến sai lầm đó sẽ dẫn dắt người ấy đi theo một nếp sống sai lầm, gây hại cho bản thân và người khác. Và sự sai lầm của người ấy lại có nguy cơ lan rộng đến những người chung quanh họ, khiến cho tác hại của vấn đề càng thêm trầm trọng.

Sự thận trọng trong thực hành pháp thí đòi hỏi chúng ta phải luôn tự mình thể nghiệm mọi nhận thức trước khi chia sẻ cùng người khác. Tất nhiên, thực tế là tất cả chúng ta hiện nay đều đang trong quá trình tìm kiếm và thể nghiệm từng lời dạy trong Kinh điển để có thể thực sự nhận hiểu một cách chính xác, không sai lầm. Khi ta chưa thực sự nhận hiểu một điều gì qua kinh nghiệm thực tiễn của bản thân, chúng ta không nên tùy tiện mang ra chia sẻ hay dẫn dắt người khác, vì nếu có sai lầm trong sự nhận hiểu đó thì ta sẽ vô tình gây nhiều tác hại khi dẫn dắt người khác đi theo.

Điều thận trọng thứ hai là chúng ta không được tự mình suy diễn, nghĩ ra những điều không hề ghi chép trong Kinh điển rồi đặt niềm tin vào đó và dẫn dắt người khác đi theo. Kinh điển do đức Phật thuyết dạy đã trải qua hơn 25 thế kỷ được vận dụng trong đời sống, đã chứng tỏ được tính chính xác trong thực tế. Những gì chúng ta chỉ nhất thời suy diễn, nhận hiểu bằng tri kiến hạn hẹp của mình nhưng chưa có sự vận dụng thực tiễn trong đời sống thì chưa thể tin chắc vào tính đúng đắn của chúng. Chúng ta có thể tự mình tiếp tục thể nghiệm và suy ngẫm về những điều ấy với sự cẩn trọng, nhưng không được tùy tiện dẫn dắt người khác đi theo niềm tin chưa được xác chứng của mình.

Khi thực hành pháp thí, chúng ta phải luôn căn cứ vào những gì được ghi chép trong Kinh điển để chia sẻ cùng người khác. Như đức Phật đã dạy, tuy có rất nhiều pháp môn được thuyết giảng trong Kinh điển, nhưng tất cả đều có cùng một mục đích là hướng đến sự an lạc, giải thoát. Vì thế, vận dụng những gì được chỉ dạy trong Kinh điển để tự mình tu tập và dẫn dắt người khác bao giờ cũng là phương thức an toàn, lợi lạc nhất.

Có rất nhiều phương thức để chúng ta chia sẻ những lời dạy trong Kinh điển với người khác. Tùy theo khả năng, chúng ta có thể chọn phương thức nào thích hợp nhất với mình để thực hành.

Cách tốt nhất là hãy chia sẻ những gì chúng ta đã học hiểu và thực hành đạt được kết quả lợi lạc ngay trong đời sống của mình. Có rất nhiều điều thuộc phạm trù này mà ta có thể thấy như quá đơn giản, nhưng sẽ thực sự mang lại lợi lạc cho những người được ta chia sẻ. Ngược lại, nếu bạn cố chọn lấy những gì bạn cho là cao siêu, sâu sắc để chia sẻ với người khác, nhưng tự thân bạn lại chưa có sự nhận hiểu và thực hành đúng đắn, thì những điều ấy thật ra chưa hẳn đã có thể mang đến lợi lạc cho người được chia sẻ.

Do đó, việc giảng giải Kinh điển nếu được sử dụng như một phương thức để thực hành pháp thí thì phải luôn có sự cẩn trọng và giới hạn trong phạm vi những gì đã được am hiểu trọn vẹn. Nếu không được như thế, chúng ta nên chọn những phương thức khác thích hợp hơn.

Chẳng hạn, chúng ta có thể nỗ lực tạo điều kiện để giúp nhiều người khác tiếp cận với Kinh điển. Đó cũng là pháp thí. Những công việc như sao chép, góp sức in ấn, lưu hành Kinh điển... đều thuộc loại này. Nhờ có những công việc đó, sẽ có thêm nhiều người được tiếp cận với Kinh điển, và nhờ đó mà bản thân họ sẽ được nhiều lợi lạc trong đời sống cũng như có khả năng mang đến lợi lạc cho nhiều người khác nữa.

Tuy nhiên, điều quan trọng nhất trong thực hành pháp thí chính là tự mình học hỏi và tu tập theo Phật pháp. Khi chúng ta khởi tâm từ bi hướng về tất cả chúng sanh, ta không thể loại trừ bản thân mình ra khỏi "tất cả chúng sanh" đó. Vì vậy, người trước tiên cần được nhận lãnh Giáo pháp để thực hành chính là bản thân ta. Khi bản thân ta có sự thực hành và đạt được nhiều lợi lạc, ta mới có đủ điều kiện để tiếp tục truyền rộng những hiểu biết chân chánh ấy đến với nhiều người khác. Đó chính là pháp thí.

Vô úy thí

Vô úy thí có thể là một khái niệm khá xa lạ với nhiều người khi tìm hiểu về các hình thức bố thí. Trong khái niệm về vô úy thí, gần như không nhấn mạnh đến bất kỳ giá trị vật chất hay tri thức nào, mà chủ yếu là sự an ổn của người thọ thí. Mặc dù các giá trị vật chất hay tri thức đều có thể được dùng đến trong trường hợp này, nhưng chúng chỉ được xem như những phương tiện để giúp ta thực hiện mục đích chính là mang lại cho người khác sự an ổn, không sợ sệt.

Sự sợ sệt, bất an của người khác có nhiều nguyên nhân. Vì thế, khi thực hành vô úy thí ta phải sáng suốt nhận biết các nguyên nhân khác nhau đó thì mới có thể chọn được phương thức thích hợp để giúp đỡ, cứu họ thoát ra khỏi sự bất an, sợ sệt.

Hơn thế nữa, bản thân ta cũng có những nỗi bất an, sợ sệt, và việc tự mình thoát khỏi những bất an, sợ sệt này chính là điều kiện tiên quyết để ta có thể mang lại sự an ổn cho người khác.

Khi thực hành theo lời dạy của đức Phật, chúng ta tự mình tạo ra được một nếp sống an ổn ngay giữa những biến động thường xuyên của cuộc đời. Điều đó chứng tỏ cho người khác thấy rằng sự thực hành Phật pháp của chúng ta đã mang lại hiệu quả thiết thực. Nhờ đó mà người khác mới có thể đặt niềm tin vào chúng ta hoặc vào những lời khuyên bảo, chia sẻ của ta.

Trong phần lớn trường hợp, thật ra thì chúng ta rất ít khi có khả năng mang lại sự an ổn hoàn toàn cho người khác. Tuy nhiên, nỗ lực của chúng ta sẽ giúp họ giảm bớt sự sợ sệt, bất an, và nhờ đó có thể ứng xử một cách sáng suốt, hiệu quả hơn. Đây chính là sự lợi lạc lớn lao mà ta có thể giúp mang lại cho người khác.

Khi nguyên nhân gây sợ hãi cho ai đó là những mối đe dọa khách quan từ bên ngoài, chúng ta cần có đủ sự sáng suốt và sức mạnh mới có thể che chở, bảo vệ cho người ấy, và nhờ đó giúp họ được an ổn. Thực hành vô úy thí trong những trường hợp này cần có sự thận trọng, xuất phát từ lòng từ bi bình đẳng đối với tất cả chúng sanh thì mới tránh khỏi việc bị lôi kéo vào vòng tranh chấp thế tục. Nếu vì muốn giúp đỡ, bảo vệ một người mà ta phải đối đầu với một người khác chẳng hạn, thì cần phải hết sức tỉnh táo trước những nguyên nhân xung đột giữa đôi bên, không thể chỉ đơn thuần dựa vào nhận thức chủ quan của một trong hai phía. Trong bất kỳ trường hợp nào, sự hóa giải mọi tranh chấp bao giờ cũng là giải pháp tốt nhất nên chọn lựa.

Nếu một người đang sợ hãi do những nhận thức sai lầm của họ về thực tại, chúng ta không phải làm gì khác hơn là giúp họ nhận ra những sai lầm đó. Năng lực tu tập của bản thân ta là điều kiện căn bản để đạt được trí tuệ sáng suốt nhằm nhận biết và chỉ ra những sai lầm trong nhận thức của người khác về thực tại. Có những sai lầm căn bản về nhận thức thường mang đến sự bất an và sợ sệt cho hầu hết mọi người. Chẳng hạn, nếu ta chấp nhận sự tồn tại của một bản ngã độc lập và tách biệt với mọi đối tượng bên ngoài bản ngã đó, thì nhận thức này sẽ dẫn đến hệ quả tất yếu là "bản ngã của ta" cần được bảo vệ trước bất kỳ tác nhân bên ngoài nào có thể gây tổn hại cho nó. Đây là nguyên nhân khởi đầu của mọi xung đột, và một khi nhận thức sai lầm chưa được thay đổi thì những xung đột loại này vẫn không thể chấm dứt.

Nhưng thật ra thì không hề có một bản ngã độc lập và tách biệt như thế. Tất cả mọi hiện tượng trong thế gian, ngay cả sự tồn tại của chính ta, đều chỉ là kết quả cấu thành từ rất nhiều điều kiện nhân duyên khác nhau, trong đó mỗi một điều kiện nhân duyên sẽ giữ một vai trò nhất định, nhưng không một yếu tố bất kỳ nào trong số đó có thể tự nó tồn tại độc lập, không phụ thuộc vào các yếu tố khác. Nhận thức chân thật này được đức Phật khám phá và truyền dạy, gọi là giáo pháp *vô ngã*. Cũng trên căn bản giáo pháp vô ngã này, khi nhìn rộng ra mọi hiện tượng khác, chúng ta thấy tất cả cũng đều sinh khởi và tồn tại phụ thuộc vào các yếu tố nhân duyên, không hề có một tự tánh độc lập. Nhận thức này trong đạo Phật gọi là thuyết *duyên khởi*, chỉ rõ rằng vạn pháp đều sinh khởi do sự hợp thành của những nhân duyên. Và vì tất cả các pháp đều do nhân duyên mà sinh khởi, tự chúng không hề có một thuộc tính độc lập, bền chắc hay kiên cố, nên có thể thấy rằng bản thể tuyệt đối của tất cả các pháp đều là *Không*. Từ tánh Không này mà khởi sinh vạn pháp, nên khi nhân duyên tan rã đều quay lại thành Không.

Những nhận thức như vậy là hoàn toàn chân xác, nhưng lại dường như xa lạ với hầu hết chúng ta trong cuộc sống đời thường. Và do không có được nhận thức đúng thật về thực tại như thế nên ta mới luôn sống trong tâm trạng bất an, sợ sệt. Chẳng hạn, chúng ta luôn lo sợ người thân của mình mất đi, lo sợ tài sản của mình hao tổn, lo sợ tình cảm người khác dành cho mình thay đổi... Nhưng tất cả những điều ấy đều tất nhiên phải đến, vì đó chính là sự vận hành tự nhiên của thực tại theo với sự hợp tan, biến đổi không ngừng của các nhân duyên. Vì thế, khi nhận thức đúng và chấp nhận những sự thật này, chúng ta sẽ lập tức giải thoát khỏi tâm trạng bất an và lo sợ.

Thực hành vô úy thí trong trường hợp này thật ra cũng chính là pháp thí, vì ngoài giáo pháp chân thật của đức Phật, chúng ta không còn cách nào khác hơn để giúp người khác nhận thức đúng về thực tại. Vì thế mà tự thân ta phải không ngừng tu tập, học hỏi về các sự thật trong đời sống thế tục vốn đã được đức Phật giảng dạy, như sự thật về khổ đau (Khổ đế), sự thật về nguyên nhân của khổ đau (Tập đế), sự thật về trạng thái chấm dứt khổ đau (Diệt đế) và sự thật về những phương pháp tu tập để chấm dứt khổ đau (Đạo đế). Bốn sự thật này được gọi chung là Tứ diệu đế, là những nhận thức cơ bản nhất để giúp chúng ta hiểu đúng về thực tại. Khi đi sâu vào học hỏi Tứ diệu đế, chúng ta sẽ được biết về Bát chánh đạo như những phương thức hữu hiệu để hướng đến sự dứt trừ khổ đau.[1]

Trong những trường hợp phổ biến hơn, việc thực hành vô úy thí có nghĩa là chúng ta luôn quan tâm đến sự an vui, hạnh phúc của người khác và sẵn lòng sẻ chia những nỗi lo toan, bất ổn của họ. Với tâm từ bi hướng đến tất cả chúng sanh thì mọi hành vi của ta đều sẽ mang lại lợi lạc cho người khác. Cho dù chỉ là một lời nói an ủi hay một cử chỉ cảm thông, nhưng khi chúng ta thực hiện với một lòng thương yêu sâu sắc và chân thật, ta cũng có thể giúp cho người khác được cảm thấy an ổn hơn, vững niềm tin hơn. Và đó cũng chính là vô úy thí.

---

[1] Mời quý độc giả tìm đọc thêm chi tiết về Tứ diệu đế và về Bát chánh đạo trong sách Vì sao tôi khổ - Nguyên Minh - NXB Tổng hợp TP HCM, 2008.

Pháp thí thắng mọi thí

Trong tất cả các hình thức bố thí như đã đề cập trên, *xuất thế pháp thí* được xem là hình thức thực hành bố thí thù thắng hơn tất cả. Điều này xuất phát từ giá trị lợi lạc chân thật và lớn lao mà Giáo pháp có thể mang lại cho tất cả chúng ta trong đời sống. Cũng do tính chất đúng thật của Giáo pháp nên mọi việc làm thực sự mang lại lợi ích chân thật cho người khác đều không thể đi ra ngoài Giáo pháp. Và do đó, muốn thực hành bố thí một cách đúng thật và hiệu quả, chúng ta không có cách nào khác hơn là phải bắt đầu từ việc tự mình học hỏi, tu tập theo đúng những lời Phật dạy. Một khi bản thân ta đã là một sự thể hiện sống động những lời Phật dạy, thì bất kỳ lời nói hay việc làm nào của ta cũng đều có thể xem là pháp thí, bởi mỗi một lời nói hay việc làm đó đều sẽ có giá trị dẫn dắt người khác đi theo con đường chân chánh.

Cũng từ nhận thức đó, chúng ta có thể thấy rằng mọi hình thức bố thí khác nhau thật ra đều giống nhau về bản chất. Khi được thực hiện một cách đúng pháp, dù là bố thí theo hình thức nào cũng đều phải phát khởi từ tâm Bồ-đề, hay nói cách khác là tâm từ bi, vị tha, luôn hướng đến việc làm lợi lạc cho người khác. Từ khởi điểm là tâm Bồ-đề, chúng ta cần phải có một sự nhận hiểu đúng đắn, học hỏi Giáo pháp thích hợp thì mới có thể thực sự mang đến lợi lạc chân thật cho người khác, hay nói khác đi là ta phải tự mình tu tập Phật pháp để có được trí tuệ sáng suốt.

Khi đã có đủ hai yếu tố *từ bi* và *trí tuệ* thì mọi hành vi, lời nói của chúng ta đều có khả năng mang lại lợi lạc lớn lao cho người khác, đó cũng là điều tất nhiên. Và cho dù ta có tùy duyên mà thực hiện bất kỳ hình thức bố thí nào đi chăng nữa, tự thân việc làm của chúng ta khi đó cũng sẽ trở thành một biểu hiện thực tế cho những lời dạy chân chánh của đức Phật, và vì thế sẽ luôn có giá trị dẫn dắt người khác trên con đường an vui và hạnh phúc. Đó chính là pháp thí, và đó cũng chính là lý do mà trong Kinh Pháp cú đức Phật đã dạy rằng: *"Pháp thí thắng mọi thí."* (Kinh Pháp Cú - kệ số 354.)

Cho là nhận

Trong kinh Kim Cang đức Phật dạy rằng: *"Bồ Tát theo đúng pháp, nên lấy tâm không chỗ trụ mà làm việc bố thí."* Đức Phật cũng dạy: *"Nếu Bồ Tát bố thí với tâm không trụ tướng, phước đức ấy chẳng thể suy lường."*[1]

Các bản luận giải cho rằng, *"tâm không chỗ trụ"* đó là nói người thực hành bố thí không vướng mắc vào ba điều: (1) không thấy người bố thí là thật có, (2) không thấy người nhận bố thí là thật có, và (3) không thấy vật mang ra bố thí là thật có. Ba điều vướng mắc ấy gọi là *tam luân tướng* (三輪相). Người thực hành bố thí được không vướng mắc như nói trên gọi là *tam luân thanh tịnh* (三輪清淨).

Hầu hết chúng ta khi được nghe lời dạy trên, hẳn sẽ cho rằng đó chỉ là dành cho những bậc cao tăng thạc đức, hay ít ra cũng là những người có tâm địa hết sức cao quý, thánh thiện, chứ không phải dành cho những người phàm tục còn nhiều si mê, tham ái như chúng ta.

Thật ra không phải thế! Với tâm đại từ bi, đức Phật khi thuyết dạy Kinh điển phần lớn đều hướng đến những kẻ phàm tục si mê như chúng ta, không phải vì những bậc đã đạt ngộ hay thành tựu thánh quả. Những lời ngài dạy như trên quả thật là chân lý để giúp tất cả chúng ta thành tựu trong việc

---

[1] Kinh Kim Cang - Đoàn Trung Còn và Nguyễn Minh Tiến dịch và chú giải, NXB Tôn giáo - 2010, trang 52.

thực hành hạnh nguyện bố thí, chỉ vì ta không nhận hiểu đúng nên không thấy được đó chính là những huấn thị quý báu cho chính bản thân mình.

Thoát ra khỏi sự vướng mắc vào *"tam luân tướng"* không phải là một triết lý cao siêu trừu tượng, mà chính là một cách hành xử khôn ngoan và thiết thực. Như một phần trên đã nói, nhận thức về một bản ngã tồn tại độc lập và tách biệt với thế giới là một nhận thức hoàn toàn sai lầm. Từ căn bản sai lầm đó nên khi thực hành bất kỳ pháp môn nào ta cũng đều không phát huy được hết những hiệu quả tích cực của pháp môn đó, kể cả việc thực hành bố thí. Khi ta chia sẻ, giúp đỡ người khác trên căn bản nhận thức sai lầm về bản ngã, ta dễ dàng khởi tâm kiêu mạn vì thấy mình là "người cho", có vị thế cao hơn "người nhận". Tâm kiêu mạn này cũng có thể khởi sinh ở dạng vi tế, khó nhận biết hơn khi ta có cảm giác tự hào, tự mãn về việc tốt mình vừa làm. Sự tự hào với một việc làm tốt đẹp vốn không có gì sai trái, nhưng vấn đề ở đây chính là nhận thức phân biệt sai lầm của chúng ta khi thấy rằng thật có một bản ngã độc lập tồn tại tách biệt với mọi đối tượng. Chính nhận thức sai lầm này sẽ trói buộc, giới hạn việc làm của ta, cũng như thôi thúc ta phản ứng không tốt khi có ai đó hành xử không đúng như ta mong đợi. Vì thế, khi thực hành bố thí thì trước hết ta phải quán chiếu sâu xa lý vô ngã, và do đó không còn thấy người bố thí là thật có. Sự thanh tịnh thứ nhất - không thấy thật có người bố thí - giúp ta đối trị với tâm kiêu mạn vốn rất dễ dàng khởi sinh khi ta thực hành việc bố thí cho người khác.

Từ nhận thức phân biệt sai lầm về sự thật có của bản ngã nên ta cũng đồng thời thừa nhận sự tồn tại chắc thật của mọi đối tượng bên ngoài bản ngã đó, mà không nhận biết rằng tất cả chỉ là sự hợp thành tạm bợ của các nhân duyên, nên bản chất rốt ráo của chúng đều là không thật có. Khi thực hành bố thí với nhận thức rằng người đang nhận sự bố thí của ta là một đối tượng thật có, ta chắc chắn sẽ khởi tâm nhận thức về đối tượng đó với sự phân biệt trong tương quan so sánh với các đối tượng khác mà ta đã biết. Chính từ sự phân biệt nhận thức này, chúng ta sẽ khởi lên những tình cảm thuộc phạm trù ái luyến, bám víu vào đối tượng của sự bố thí, và do đó mà tâm vị tha ban đầu của chúng ta sẽ bị giới hạn. Thay vì trải rộng và hướng đến tất cả chúng sanh, những tình cảm thuộc phạm trù ái luyến bao giờ cũng hướng vào những đối tượng mà ta đã khởi sinh tình cảm. Ngược lại, khi quán chiếu sâu xa lý vô ngã để thấy rõ bản chất của thực tại và nhận ra rằng đối tượng nhận bố thí đó không hề thật có, ta sẽ duy trì và nuôi dưỡng được tâm từ bi hướng đến tất cả chúng sanh, trải rộng tình thương đến muôn loài mà không bị chi phối bởi sự luyến ái, bám víu vào đối tượng.

Sự thanh tịnh thứ hai - không thấy thật có người nhận bố thí - giúp ta đối trị với tâm phân biệt luyến ái hay sự bám víu - vốn rất dễ dàng khởi sinh trong việc thực hành bố thí.

Từ nhận thức phân biệt sai lầm về bản ngã, chúng ta cũng rơi vào nhận thức sai lầm về sự chắc thật của những gì ta mang ra bố thí, trong khi chúng thật ra chỉ là sự giả hợp của các nhân duyên và luôn mang tính chất biến chuyển vô thường, không bền chắc. Do nhận thức sai lầm về vật mang ra bố thí nên chúng ta dễ dàng khởi tâm tham tiếc, bởi thấy rằng khi bố thí cho người khác là ta đang "mất đi" những thứ ấy. Nếu có sự quán chiếu sâu xa lý vô ngã và thấu hiểu được tánh Không của vạn pháp, ta sẽ thấy rằng những gì mang ra bố thí đó xét cho cùng đều không thật có, chỉ là sự giả hợp tạm thời của các nhân duyên. Nhận thức này sẽ triệt tiêu mọi tâm niệm tham tiếc vốn rất dễ dàng khởi sinh khi ta thực hành bố thí. Đó là sự thanh tịnh thứ ba: không thấy rằng vật mang ra bố thí là thật có.

Khi thực hành bố thí với *"tam luân thanh tịnh"*, không thấy người bố thí là thật có, không thấy người nhận bố thí là thật có, cũng không thấy vật mang ra bố thí là thật có, chúng ta sẽ mở rộng tâm thức vượt qua mọi giới hạn thông thường, nuôi dưỡng tâm Bồ-đề rộng lớn vô biên hướng về tất cả chúng sanh mà khởi tâm từ bi bình đẳng không phân biệt. Đó chính là ý nghĩa sâu xa và cũng là lợi ích lớn lao nhất của sự thực hành bố thí. Xét theo ý nghĩa này, vấn đề không còn là sự bố thí nhiều hay ít, bố thí cho những ai hay bố thí những món gì, mà điều quan trọng nhất ở đây là chúng ta đã nhận hiểu đúng thật về thực tại, qua đó khởi tâm từ bi vô lượng hướng đến tất cả chúng sanh, vì muốn chấm dứt khổ đau cho chúng sanh mà phát khởi tâm Bồ-đề, quyết tự mình tu tập đạt đến quả vị Phật.

Việc phát khởi và nuôi dưỡng tâm Bồ-đề là thành tựu lớn lao nhất mà chúng ta có thể có được từ sự tu tập thực hành bố thí. Trong Kinh điển thường đề cập đến những kết quả của sự bố thí như là sẽ được giàu có sung túc, không bao giờ phải chịu cảnh nghèo khổ, thiếu thốn, và mọi sự mong cầu về vật chất đều sẽ dễ dàng được thỏa mãn. Tất nhiên, những điều này là hoàn toàn chính xác, và được hiểu như là kết quả sự vận hành của nguyên lý nhân quả. Cũng giống như khi chúng ta trồng xuống một cây cam và chăm sóc đúng mức trong những điều kiện thích hợp, điều ta có thể chờ đợi là những quả cam trong tương lai. Tuy nhiên, đó là nói về sự bố thí thông thường của chúng ta với sự tồn tại song hành của *tam luân tướng*, hay nói theo Kinh Kim Cang thì đó là *"trụ tướng bố thí"*. Vì thế, kết quả đạt được chỉ giới hạn trong phạm vi giá trị vật chất của những gì ta mang ra bố thí. Nói một cách dễ hiểu hơn, cách *"trụ tướng bố thí"* này cũng tương tự như việc ta mang tiền đến gửi vào ngân hàng. Kết quả mà ta sẽ nhận lại trong tương lai tùy thuộc vào số tiền ta gửi, cộng thêm một ít tiền lãi, tùy thuộc vào quy định của ngân hàng...

Bố thí như vậy là không đạt được *tam luân thanh tịnh*, hoàn toàn khác xa sự bố thí với *"tâm không trụ tướng"* như lời Phật dạy trong Kinh Kim Cang. Và cũng theo lời Phật dạy, chỉ khi nào ta có thể bố thí với tâm không trụ tướng thì mới có được *"phước đức chẳng thể suy lường"*, nghĩa là vượt ngoài mọi sự cân đong đo đếm hay nhận thức của thế gian.

Rất có thể sẽ có người hoài nghi về ý nghĩa "chẳng thể suy lường" ở đây, vì nó mô tả kết quả nhận được từ việc bố thí một cách lớn lao quá, to tát quá, thậm chí có vẻ như khó tin quá! Tuy nhiên, vấn đề khác biệt như đã nói rõ, chính là do ở sự *"trụ tướng"* hay *"không trụ tướng"*, hoặc nói theo như ý nghĩa trong các bản luận giải thì đó là sự bám chấp vào *"tam luân tướng"* hay được thực hành với *"tam luân thanh tịnh"*. Khi phân tích kỹ hơn về sự khác biệt, chúng ta sẽ đi đến chỗ nhận biết được sự mô tả như trên là hoàn toàn hợp lý và chính xác.

Những ý nghĩa đã tìm hiểu về *"tam luân thanh tịnh"* giúp ta nhận ra được rằng, việc bố thí với *"tâm không trụ tướng"* hoàn toàn không có nghĩa là trong lòng ta hờ hững với mọi đối tượng hay vô tri giác như gỗ đá. Ngược lại, nền tảng căn bản của sự *"không trụ tướng"* chính là vì đã nhận biết được thật tướng, bản thể của vạn pháp, nên không còn vướng mắc vào cái giả tướng, cái vẻ ngoài của thực tại. Và như đã nói ở một phần trước, hệ quả của nhận thức chân thật này chính là sự nhận biết sâu sắc mọi khổ đau của tất cả chúng sanh, từ đó khởi sinh tâm đại từ bi, mong muốn có đủ năng lực để cứu giúp tất cả. Đây là khởi điểm của sự phát tâm Bồ-đề, thệ nguyện tu thành Phật đạo vì lợi lạc cho tất cả chúng sanh.

Tâm Bồ-đề là một viên ngọc như ý của người tu tập, giúp chúng ta thành tựu được những điều mà không một phương tiện bất kỳ nào khác có thể thay thế được.

Thật vậy, sự quán chiếu sâu xa có thể cho ta thấy rõ rằng mỗi một ý nghĩ, hành vi hay lời nói của chúng ta trong đời sống thế tục này, bất kể là thiện hay ác, đều là những nguyên nhân tạo nghiệp, dẫn đến sự tiếp tục trôi lăn vô định của mỗi chúng ta trong vòng luân hồi sinh tử, bởi luân hồi là đích đến cho cả ác nghiệp lẫn thiện nghiệp, và cho dù có tạo vô số thiện nghiệp để sinh lên các cõi trời đầy phúc lạc, thì thực tế là chúng ta cũng không thoát được ra khỏi vòng sinh tử tương tục.

Như một người kinh doanh thành đạt, có trong tay những tài sản to lớn, những khoản tiền kếch sù, nhưng với thời gian, tất cả rồi cũng sẽ tiêu tán hết. Nếu không tiếp tục thành đạt, không tiếp tục làm ra nhiều tiền, thì đến một lúc nào đó người ấy cũng không thể tránh khỏi việc trở nên nghèo khó.

Tình cảnh của tất cả chúng ta hiện nay trong luân hồi là như thế. Việc tu tập các thiện nghiệp tuy là tốt đẹp, nhưng chỉ giúp ta có được những hạnh phúc tạm bợ, những niềm vui nhất thời. Một khi những thiện nghiệp đó không còn nữa, nếu ta không duy trì được sự liên tục tạo ra các thiện nghiệp mới, thì nguy cơ tái sinh vào những cảnh giới thấp kém, nhiều khổ đau là không thể tránh khỏi. Do đó, tất cả những gì chúng ta đang làm đều thuộc về phạm trù của các pháp thế gian.

Khi ta phát khởi tâm Bồ-đề thì mọi thứ sẽ lập tức thay đổi. Mỗi một ý nghĩ, lời nói hay việc làm của ta, dù nhỏ nhặt đến đâu, khi ấy đều sẽ được chuyển hóa thành một tác nhân hướng đến sự giác ngộ viên mãn, tức là hoàn toàn thoát khỏi vòng sinh tử luân hồi. Vì thế, theo cách nhìn của đạo Phật thì những gì ta đang làm với sự nuôi dưỡng tâm Bồ-đề là đã thuộc về phạm trù của các pháp xuất thế.

Con đường của các pháp thế gian là một đường cong khép kín không có lối ra. Trên con đường đó, chúng ta dẫu có trải qua những thăng trầm, sướng khổ, nhưng tất cả đều bị giới hạn trong sinh tử luân hồi, và bản thân mỗi sự việc cũng có sự giới hạn tùy theo tính chất và cường độ của chúng. Đi theo con đường đó, chúng ta sẽ vĩnh viễn không bao giờ không tìm được lối thoát thực sự.

Con đường của các pháp xuất thế là đường thẳng cắt ngang qua vòng tròn luân hồi sinh tử để dứt khoát vượt ra khỏi phạm vi bao trùm của nó. Trên con đường đó, ta không thể nhất thời rũ sạch mọi khổ đau, phiền não, nhưng ta chấp nhận tất cả những điều đó với tâm thái của một người hiểu biết, nhận chân được bản chất thật sự của mọi vấn đề, và vì thế không còn phải bận tâm vì những gì giả tạm, không thật có. Hơn thế nữa, con đường xuất thế còn là một con đường diệu vợi và chúng ta phải luôn duy trì tư thế sẵn sàng vượt lên với sự dũng mãnh, kiên trì của một cuộc hành trình vượt thoát, chứ không phải sự dễ duôi, lười nhác của một chuyến rong chơi. Tuy vậy, khi kiên trì đi theo con đường xuất thế thì chắc chắn chúng ta sẽ có ngày thoát ra khỏi luân hồi sinh tử.

Và tâm Bồ-đề chính là chiếc chìa khóa vạn năng đưa ta vào con đường xuất thế, là viên ngọc như ý giúp ta chuyển hóa mọi hành vi, ý niệm của mình từ phạm trù của các pháp thế gian sang phạm trù của các pháp xuất thế. Khi đã phát khởi và nuôi dưỡng tâm Bồ-đề, chúng ta thay đổi hoàn toàn nhận thức về đời sống, nhìn nhận một cách đúng thật bản chất của mọi sự vật và không còn vướng mắc, chạy theo những giá trị hư ảo do tâm thức vô minh tạo ra từ bao đời. Chính vì thế, con đường tu tập kể từ sau khi ta phát tâm Bồ-đề tuy vẫn còn không ít những trở lực và khó khăn, nhưng có thể xem như đã đi vào một định hướng chắc chắn sẽ đưa ta đến đích. Nói cách khác, với việc duy trì và phát triển tâm Bồ-đề, chúng ta đang đặt từng bước chân "chậm mà chắc" hướng đến sự giải thoát viên mãn.

Như đã nói, chính sự tu tập thực hành bố thí với "tâm không trụ tướng" đã mang đến cho chúng ta thành tựu là phát khởi và nuôi dưỡng tâm Bồ-đề, phát nguyện tu tập đạt đến quả Phật vì lợi ích cho tất cả chúng sanh. Đây chính là lý do giải thích việc đức Phật đã đề cập đến việc bố thí với tâm không trụ tướng ngay trong phần mở đầu của Kinh Kim Cang khi trả lời câu hỏi của ngài Tu-bồ-đề về việc phải "trụ tâm như thế nào, hàng phục tâm như thế nào" khi đã phát tâm cầu đạo Vô thượng Bồ-đề. Phần giảng giải này của đức Phật chỉ rõ rằng, chính pháp tu "bố thí không trụ tướng" là một trong những khởi đầu căn bản và quan trọng nhất trên con đường tu tập hướng đến sự giải thoát viên mãn.

Và như thế, chúng ta đã có thể thấy việc pháp tu này được mô tả là mang lại "phước đức chẳng thể suy lường" cũng là điều hoàn toàn hợp lý, bởi phước đức khi ấy không còn giới hạn trong phạm trù của các pháp thế gian, mà đã trở thành những nhân tố xuất thế, những nhân tố dẫn đến sự giác ngộ viên mãn. Và những giá trị như thế quả thật là vượt ngoài mọi sự suy lường, nhận thức của thế gian.

Từ sự so sánh về mặt nhận thức như trên, chúng ta mới thấy được khác biệt lớn lao giữa sự thực hành bố thí "trụ tướng" và "không trụ tướng". Chính sự khác biệt này cũng mang lại nhiều hệ quả khác biệt trong suốt quá trình chúng ta thực hành bố thí.

Khi chúng ta bố thí với tâm thức bám víu vào bản ngã và đối tượng, sự bố thí đó cũng giống như người làm ruộng gieo giống và mong chờ ngày thu hoạch. Kết quả có được tuy là sẽ đến, nhưng luôn phụ thuộc vào nhiều nhân duyên khác cũng như tất yếu phải cần đến yếu tố thời gian để hạt giống phát triển và tạo thành kết quả. Trong suốt quá trình này, cho và nhận là hai yếu tố được phân biệt theo hai ý nghĩa. Thứ nhất, khi ta "cho" với tâm thức chấp ngã, ta luôn thấy có người "nhận" là đối tượng được ta ban cho. Thứ hai, cũng với tâm thức chấp ngã đó, ta "cho" đi một cái gì và đồng thời cũng mong đợi sẽ "nhận" lại một cái gì sau đó. Trong trường hợp này, tuy sự bố thí của ta là một việc làm tốt đẹp nhưng kết quả của nó đã bị giới hạn rất nhiều, cũng như không hề nhắm đến mục đích cao nhất là sự giải thoát khổ đau, cho bản thân ta cũng như cho tất cả chúng sanh. "Cho" và "nhận" như thế không thể giúp ta phát huy được hết những hiệu quả tốt đẹp nhất của pháp tu bố thí.

Ngược lại, khi chúng ta bố thí với một nhận thức chân thật về bản ngã và đối tượng, nhận rõ ý nghĩa vô ngã và tánh Không của vạn pháp, tâm thức ta sẽ hoàn toàn không bị vướng mắc vào người cho, người nhận cũng như vật được mang ra cho, đó chính là bố thí với "tâm không trụ tướng". Hành vi bố thí như thế là sự hiển lộ tự nhiên của tâm Bồ-đề, được thôi thúc bởi ý hướng mang đến sự lợi lạc cho tất cả chúng sanh. Vì thế, khi "cho" theo cách ấy ta không hề có sự mong đợi sẽ "nhận" lại bất kỳ một kết quả nào đó trong tương lai. Thế nhưng, tự thân hành vi đó đã là một nhân tố để nuôi dưỡng tâm Bồ-đề, nuôi dưỡng lòng vị tha trong ta. Như vậy, kết quả của hành vi bố thí không chỉ là một cái gì sẽ đến trong tương lai, mà tự nó đã có mặt đồng thời với hành vi ấy. Trong trường hợp này, "cho" và "nhận" không còn là 2 yếu tố tách biệt với nhau theo bất kỳ ý nghĩa nào. Thứ nhất, vì nhận thức rõ lý vô ngã nên ta không thấy có "người cho" khác với đối tượng "được cho", hay nói khác đi là không hề có sự phân biệt giữa "cho" và "nhận". Thứ hai, từ nhận thức đó nên ta không khởi tâm mong chờ bất kỳ một kết quả nào đó trong tương lai, nghĩa là ta không "cho" với ý niệm để được "nhận" lại gì cả. Nói đúng hơn, ngay trong hành vi "cho" theo đúng ý nghĩa này đã có sự hiện hữu đồng thời của "nhận", bởi chính nó đã tức thời mang lại cho ta giá trị nuôi dưỡng tâm Bồ-đề là một giá trị hết sức lớn lao thuộc phạm trù xuất thế. Có thể nói, khi thực hành bố thí với "tâm không trụ tướng" như thế thì "cho" và "nhận" không còn là 2 yếu tố, 2 phạm trù tách biệt nữa, mà "cho" cũng chính là "nhận". Và chỉ khi cho là nhận thì việc thực hành bố thí mới thực sự mang lại cho ta những thành tựu lớn lao nhất trên con đường tu tập.

Tuy nhiên, những quán chiếu sâu sắc như trên cũng sẽ không có ý nghĩa gì nhiều nếu như chúng ta không thực sự vận dụng được chúng một cách thiết thực vào ngay trong mỗi ý nghĩ, hành vi hay lời nói hằng ngày của mình. Chúng ta không thể mỗi ngày thắp hương lễ Phật rồi ngồi xuống quán chiếu vô ngã, quán chiếu tánh Không rồi nhận biết cho là nhận, nhưng ngay trong hành vi hay lời nói mỗi ngày lại hoàn toàn không có sự chuyển hóa, thay đổi nào theo với những kết quả quán chiếu đó. Tất nhiên, sự nỗ lực quán chiếu thường xuyên theo thời khóa mỗi ngày là rất cần thiết và chính là điều kiện tất yếu để ta có thể phá vỡ những nhận thức sai lầm từ trước đến nay. Nhưng sự vận dụng những kết quả quán chiếu đó vào thực tế đời sống cũng quan trọng không kém, thậm chí còn có thể nói là quan trọng hơn nữa, nếu xét theo ý nghĩa chính nó mới mang lại những lợi lạc thiết thực cho đời sống thực tiễn của chúng ta. Vì thế, ngay trong mỗi hành vi chia sẻ nhỏ nhặt thường ngày, chúng ta phải có sự thực hành sâu sắc để luôn thấy được cho là nhận, thấy được những gì ta mang ra chia sẻ cùng người khác cũng chính là đang vun bồi lợi lạc, an vui cho tất cả chúng sanh, trong đó có chính bản thân ta.

Thật ra, nhận thức "cho là nhận" không phải là một khái niệm trừu tượng do ta cố áp đặt những kết quả của sự thực hành quán chiếu vào thực tiễn, mà đó chính là một cách nhìn đúng thật, chân xác, loại bỏ được mọi định kiến theo thói quen vốn có từ lâu đời. Khi nhận thức mỗi sự việc một cách hoàn toàn khách quan và từ bỏ mọi định kiến, chắc chắn ta sẽ nhận ra được sự đúng thật của quan điểm này.

Ta có thể nhận biết cho là nhận khi chia sẻ với ai đó một

giá trị bất kỳ xuất phát từ ý nguyện muốn mang lại lợi lạc cho người ấy. Tài vật chia sẻ có thể nhiều hoặc ít, lớn hoặc nhỏ tùy theo hoàn cảnh thực tiễn khi ấy, nhưng giá trị thật của sự chia sẻ đó không hoàn toàn phụ thuộc vào vật chất, mà phụ thuộc nhiều hơn vào sự đồng cảm giữa người cho và người nhận. Người nhận có được lợi lạc từ sự chia sẻ đúng nghĩa của người cho, và người cho cũng đồng thời có được sự hoan hỷ khi cảm nhận được niềm vui từ người nhận.

Ta cũng có thể nhận biết cho là nhận khi quan sát sự việc trong một toàn thể các giá trị liên quan. Khi ta chân thành chia sẻ cùng ai đó một giá trị, ta cũng đồng thời nhận lại một hay nhiều các giá trị khác. Một số vị Geshe[1] Tây Tạng cho biết rằng các vị đã nhận hiểu được rất nhiều điều sâu xa trong Giáo pháp nhờ vào chính quá trình nghiên cứu giảng dạy cho học tăng, chứ không phải chỉ nhờ vào giai đoạn theo học trong các Phật học viện. Theo đó, chính trong khi các vị hoan hỷ thực hành pháp thí bằng cách chia sẻ Giáo pháp đã học với mọi người, thì bản thân các vị cũng đồng thời nhờ đó mà nhận hiểu được những ý nghĩa mới, những giá trị sâu xa hơn.

Điều này cũng xảy ra tương tự trong rất nhiều trường hợp giao tiếp thông thường. Một khi chúng ta có sự chân thành chia sẻ, điều chắc chắn là ta sẽ nhận được thiện cảm từ những người quanh ta, và đó cũng chính là một giá trị căn bản rất quý giá trong quan hệ xã hội, từ đó có thể mang lại cho ta nhiều giá trị khác.

Nói cách khác, khi nhìn nhận mọi sự việc một cách khách quan và có xét đến những giá trị khác nhau đóng góp vào giá trị chung của cuộc sống, chúng ta sẽ nhận ra tính chất hoán

[1] Geshe là một danh xưng đặc biệt trong Phật giáo Tây Tạng, thường được hiểu tương đương như "Tiến sĩ Phật học", được dành cho các vị có trình độ học Phật uyên bác, đã học xong các chương trình trong Phật học viện và vượt qua được các kỳ khảo thí.

đổi và tương quan mật thiết giữa các giá trị. Điều đó dẫn đến hệ quả tất yếu là sự chia sẻ một số giá trị nhất định cũng đồng thời sẽ là điều kiện giúp chúng ta nhận được một hay nhiều các giá trị khác. Trong mối quan hệ "cho là nhận" theo cách này, điều kỳ diệu là giá trị chung của cuộc sống chúng ta sẽ ngày càng được hoàn thiện hơn nữa, nhất là về mặt tinh thần.

Và nói đến giá trị chung nhất của đời sống, chúng ta không thể quên rằng mọi nỗ lực của tất cả chúng ta theo những chiều hướng, phương thức khác nhau đều không đi ngoài việc tìm kiếm một cuộc sống hạnh phúc, an vui. Với những nỗ lực đúng hướng, mục tiêu tìm kiếm hạnh phúc của ta sẽ trở nên khả thi và điều đó được chứng tỏ qua sự cải thiện đời sống tinh thần, giúp ta ngày càng có được nhiều niềm vui sống, nhiều an vui và hạnh phúc hơn trước. Ngược lại, những nỗ lực theo hướng sai lầm luôn đẩy ta vào một cuộc sống ngày càng rối rắm, bất an và nhiều phiền toái. Đôi khi ta có thể thành công trong việc tích lũy ngày càng nhiều các giá trị vật chất hay tri thức, nhưng sự sa sút của nhiều giá trị khác lại khiến cho bức tranh toàn cảnh về cuộc sống của chúng ta trở nên ngày càng u ám, đen tối hơn. Chính trong những trường hợp này, việc suy ngẫm về khả năng chuyển hóa đời sống bằng cách thực hành bố thí sẽ là một giải pháp vô cùng hữu hiệu. Thực hành bố thí luôn là một phương thức thiết thực giúp ta sử dụng những giá trị hiện có của mình một cách hữu hiệu để cân đối hài hòa với mọi giá trị khác và nhờ đó có thể đạt được một cuộc sống an vui, hạnh phúc hơn.

Sự chia sẻ chân thành luôn mang lại cho chúng ta những niềm vui nhẹ nhàng nhưng sâu sắc, khiến ta có được một cảm nhận rất rõ ràng về ý nghĩa cuộc sống. Những điều này ta không thể nào trực tiếp đổi lấy bằng các giá trị vật chất, nhưng thông qua sự thực hành pháp bố thí, những giá trị vật chất mà ta đưa ra chia sẻ đã mang lại cho ta niềm vui và hạnh phúc. Điều này thể hiện rõ cho ta thấy ý nghĩa cho là nhận.

Ta cũng có thể suy ngẫm quán chiếu để thấy được tính chất không thường tồn và giới hạn của mọi giá trị trong đời sống. Mỗi một giá trị mà ta đang có, cho dù là vật chất, tri thức, kinh nghiệm sống hay bất kỳ giá trị nào khác, chỉ có thể phát huy tác dụng của chúng trong một thời gian nhất định, trong những hoàn cảnh nhất định. Chúng không hề có giá trị tuyệt đối, cũng không thể trực tiếp hoán đổi cho nhau. Khi bạn đang đau yếu chẳng hạn, sức khỏe trở nên quan trọng đối với bạn, trong khi tác dụng của mọi giá trị vật chất trở nên vô cùng hạn chế, vì bạn không thể dùng chúng để trực tiếp đổi lấy sức khỏe. Cho dù bạn là người giàu có đến đâu đi chăng nữa, tiền bạc cũng không chắc chắn giúp bạn dứt được bệnh tật. Trong hoàn cảnh đó, bạn có thể mua thật nhiều thuốc men tốt, mời thật nhiều bác sĩ giỏi, nhưng dù sao bạn cũng không thể trả giá để mua được sức khỏe. Sự thật đúng là như vậy.

Mặt khác, khi bạn gặp nhiều bất ổn hoặc khổ đau vì những vấn đề tình cảm thì dường như sức khỏe lại không được bạn quan tâm nhiều lắm. Vì thế, cho dù mọi giá trị đều có tác dụng hỗ tương cho nhau, nhưng tầm quan trọng của mỗi giá trị lại chỉ giới hạn trong những điều kiện nhất định khi bạn cần đến. Và cho dù mỗi một giá trị đều có công năng đóng góp vào giá trị chung của cuộc sống, nhưng không có bất kỳ một giá trị nào trong số đó có thể xem là giá trị của đời sống. Đơn giản là vì chúng chỉ tồn tại trong một thời gian nhất định, có những tác động nhất định trong cuộc sống của bạn, nhưng điều chắc chắn là chúng sẽ luôn thay đổi và dễ dàng mất đi vào một lúc nào đó, tùy thuộc vào những điều kiện nhân duyên thích hợp.

Trừ phi bạn cảm nhận được ý nghĩa thực sự của đời sống và hoàn toàn hài lòng với hạnh phúc hiện có, bằng không thì mọi giá trị khác nhau trong cuộc sống suy cho cùng cũng chỉ có thể mang đến cho bạn những thỏa mãn nhất thời, những niềm vui giả tạm mà thôi. Thật ra, đối với hầu hết chúng ta khi đang ngụp lặn trong một cuộc sống bon chen thì hạnh phúc đáng mơ ước nhất cũng chỉ là sự ráp nối của những niềm vui ngắn ngủi. Vì thế, chúng thực sự mong manh và bất ổn. Nhưng trong thực tế thì ngay cả cái khuôn mẫu hạnh phúc mong manh và bất ổn ấy cũng rất hiếm khi có được, mà điều thường gặp hơn bao giờ cũng là những mảng đan xen giữa hạnh phúc và khổ đau theo cách mà bản thân chúng ta hoàn toàn không làm chủ được.

Thay lời kết

Đi tìm ý nghĩa cuộc đời

Mỗi chúng ta ai cũng chỉ có một cuộc đời để sống. Điều quan trọng là, trong thực tế chúng ta không có sự lựa chọn *sống* hay *không sống*, mà chỉ có sự lựa chọn *sống như thế nào.*

Cho dù ta chọn cách sống như thế nào thì cuộc sống chắc chắn rồi cũng qua nhanh, phút cuối đời rồi sẽ đến. Khi quay nhìn lại bao thăng trầm sướng khổ, điều còn lại trong ta không phải là những ảnh hưởng tốt xấu về mặt vật chất hay cảm xúc - tất cả những thứ ấy đều đã qua đi - mà chính là nhận thức của ta về đời sống thông qua bao kinh nghiệm thăng trầm sướng khổ đó.

Tôi viết những dòng này sau khi đã vượt qua độ tuổi "tri thiên mệnh", nên có thể sẽ phần nào xa lạ với những bạn trẻ đang hăm hở xông pha trên những "chiến tuyến" khác nhau của cuộc đời. Nhưng tôi sẽ không khuyên các bạn quay về nhà ngồi trầm ngâm bên tách trà để suy ngẫm về ý nghĩa cuộc đời, vì điều đó chắc chắn cũng không mang lại chút giá trị thực sự nào cho cuộc sống của các bạn. Hãy tiếp tục những gì mình đang làm với tất cả bầu nhiệt huyết của tuổi trẻ - và hãy tin tôi, đó cũng chính là điều tôi đã làm từ hai, ba mươi năm trước - nhưng hãy nhớ dành cho chính mình đôi chút thời gian để trả lời câu hỏi: *Bạn đang sống theo cách như thế nào?*

Bởi vì chính cách *sống như thế nào* của bạn - chứ không phải bất kỳ sự thành công hay những giá trị tích lũy lớn lao nào - sẽ quyết định việc bạn nhận hiểu về đời sống này. Nếu bạn cũng từng trăn trở giống như tôi và bao nhiêu người khác trong nhân loại từ xưa nay, thì thắc mắc đầu tiên khi bước vào đời sẽ chính là ý nghĩa hay mục đích sự có mặt trong đời của bạn. Chúng ta nhìn thấy và nhận biết dòng thời gian không ngừng cuốn trôi mọi con người và nhấn chìm tất cả dần dần vào quá khứ. Mỗi chúng ta đến và đi trong dòng thời gian vô tận ấy với tất cả những vui buồn sướng khổ để rồi mất hút đi trong quá khứ mịt mờ. Như nhà thơ Trần Tử Ngang vào hạ bán thế kỷ 7 đã từng thốt lên:

Người xưa nay chẳng thấy đâu,
Mai sau ai đến vẫn màu mang mang.
Ngẫm trời đất rộng thênh thang,
Bỗng nhiên rơi lệ riêng mang dạ sầu.[1]

Trong mối thương cảm mênh mang trước dòng đời, chúng ta không khỏi nhiều khi thấy sự có mặt của bản thân mình như hoàn toàn vô nghĩa, bởi tất cả những thành công hay thất bại của mỗi chúng ta khi ném vào dòng thời gian bất tận đều thực sự trở thành vô nghĩa:

Thông minh tài trí anh hùng,
Ngu si dại dột cũng chung một gò...

Và trong cái vô nghĩa đó, chúng ta đêm ngày hì hục quay quắt, vun đắp điều này, kiếm tìm điều nọ... Chẳng có điều nào trong số đó giúp ta đưa ra được câu trả lời về ý nghĩa đời sống! Cho đến một lúc, bằng vào chính những trải nghiệm của bản thân, ta bất chợt nhận ra được rằng cuộc sống thật ra không hoàn toàn vô nghĩa như ta vẫn tưởng, và rằng ý nghĩa đời sống không nằm ở đâu xa mà là trong chính sự cảm nhận như thế nào của ta về cuộc sống trong từng phút giây hiện tại.

Chính trong ý nghĩa này mà khi bạn chọn một cách sống mang lại lợi lạc cho bản thân và người khác, bạn sẽ thấy cuộc đời này ngày càng trở nên có ý nghĩa hơn. Ngược lại, khi để mình bị cuốn trôi theo những bon chen dục vọng, không

---

[1] Đăng U Châu Đài ca - Trần Tử Ngang (陳子昂, 661-702). Nguyên tác: 前不見古人，後不見來者；念天地之悠悠，獨愴然而涕下 。- Tiền bất kiến cổ nhân, hậu bất kiến lai giả. Niệm thiên địa chi du du, độc sảng nhiên nhi thế hạ. - Bản Việt dịch của Nguyên Minh.

ngừng đối nghịch và mang đến khổ đau cho bản thân cũng như mọi người quanh mình, thì cho dù bạn có thành công trong việc tích lũy được những giá trị vật chất lớn lao, điều chắc chắn là bạn cũng sẽ cảm thấy cuộc sống ngày càng trở nên vô nghĩa. Trong thực tế, đã có không ít người chọn cách tự kết liễu đời sống của mình ngay trên đỉnh cao danh vọng, chỉ vì trong nội tâm họ luôn tồn tại và phát triển một sự bế tắc, giày vò. Họ không cảm nhận được bất kỳ ý nghĩa tích cực nào về sự có mặt của họ trong cuộc đời này!

Ngài Yongey Mingyur, một cao tăng Phật giáo Tây Tạng, khi được mời viếng thăm các tòa kiến trúc rất lớn ở phương Tây như Empire State, đã hết sức ngạc nhiên khi nhìn thấy trên tầng cao nhất của tòa nhà người ta thiết lập những hàng rào chắn và có các đội lính canh nhằm ngăn cản những người lên đó để... nhảy xuống tự vẫn.[1] Những bế tắc trong đời sống nội tâm là có thật, và khi không cảm nhận được ý nghĩa sự có mặt của mình trong cuộc đời này, người ta sẽ dễ dàng chọn cách chấm dứt đời sống như một phương thức để trốn chạy sự bế tắc trong tư tưởng.

Vì thế, chúng ta phải luôn nhớ rằng, chính cách sống như thế nào của ta mới là điều quan trọng nhất, chứ không phải là những gì ta đã thu gom được trong cuộc sống của mình. Và cũng vì thế mà ý nghĩa đời sống không nằm trong những triết lý cao siêu hay học thuyết uyên bác, cho dù những người xây dựng nên các triết lý hay học thuyết ấy có đưa ra câu trả lời, thì đó cũng không phải câu trả lời dành cho bạn. Mỗi người luôn phải tự tìm ra câu trả lời thực sự cho mình, và phương cách để có được câu trả lời ấy chính là một cách sống có ý nghĩa, luôn mang lại lợi lạc cho bản thân và người khác. Khi bạn sống theo cách thực sự có ý nghĩa, bản thân bạn sẽ dần dần cảm nhận được ý nghĩa của cuộc sống này.

---

[1] Xem Sống một đời vui - Yongey Mingyur Rinpoche, Diệu Hạnh Giao Trinh và Nguyễn Minh Tiến Việt dịch từ bản Anh ngữ.

Và chính vì muốn sống một đời sống có ý nghĩa, có thể mang lại lợi lạc cho bản thân và người khác, nên bạn không thể không chú ý đến sự thực hành bố thí như một phương thức tu tập, rèn luyện. Một nếp sống chia sẻ là phương cách hữu hiệu nhất để bạn hòa nhập với cộng đồng và cảm nhận được ý nghĩa của đời sống, thông qua những niềm vui chân thật mà bạn có được cũng như mang đến cho mọi người. Khi bạn thực sự dứt trừ được những nguyên nhân gây khổ đau, bạn sẽ nhận ra được tính chất quý giá của từng giây phút mà bạn đang sống, đơn giản là vì khi ấy bạn sẽ luôn được sống trong sự an vui và hạnh phúc.

Và nguyên nhân gây khổ đau cho mỗi chúng ta thật ra không phải bất kỳ điều gì đến từ bên ngoài hay người khác, mà chính là những cảm xúc tai hại vốn thường được âm thầm nuôi dưỡng trong lòng ta như tham lam, sân hận và si mê. Từ những khuynh hướng xấu đó, chúng ta nảy sinh vô số những thói hư tật xấu, những ý tưởng, hành vi và lời nói gây hại cho bản thân và người khác.

Khi thực hành nếp sống chia sẻ, chúng ta xóa dần đi những nếp nghĩ, những thói quen sai lầm từ bao đời đã làm ta đau khổ. Buông xả dần giá trị vật chất hiện có để chia sẻ với những người thiếu thốn, ta đánh thẳng vào lòng tham lam cố hữu, phá trừ tâm vị kỷ cũng như thói quen bủn xỉn, keo kiệt của chính mình. Hướng về lợi lạc của người khác thay vì bo bo ôm giữ những gì đã thu góp được, ta mở rộng không gian quanh mình tương xứng với tâm nguyện vị tha, phá vỡ lớp vỏ bọc chật hẹp bao đời của lòng ích kỷ.

Và chính từ đó cũng như thông qua đó mà mỗi chúng ta mới thực sự cảm nhận được ý nghĩa đích thực của cuộc đời này.

Phụ lục 1

Vị ngọt của chè

Truyện ngắn của Nguyên Minh

Đang đi gần đến cổng trường, Quỳnh bỗng kéo tay An dừng lại, chỉ về phía trước. Hai chiếc honda đang rượt nhau, ép cả sang lề trái. Càng xe quẹt ngang vào một gánh hàng rong. Tiếng soong nồi rơi xuống mặt đường vang lên loảng xoảng, nắp đậy tung ra thật xa và cả nồi chè đậu đổ lênh láng trên đường. Hai chiếc xe vẫn rú ga, vọt mất, bỏ lại đám bụi mịt mù và đám đông hiếu kỳ vây quanh cô bán chè tuổi chỉ chừng mười sáu. Có tiếng ai đó chửi đổng:

- Mẹ kiếp! Đua với tranh. Riết rồi chúng nó chẳng coi ai ra gì nữa. Ngữ ấy có ngày toi mạng chẳng ai thương.

Khi Quỳnh và An đến nơi, cô bán chè đang ôm mặt khóc tức tưởi. An quay sang hỏi bạn:

- Quỳnh biết chị Thúy này chứ ?

Quỳnh gật đầu. Chị Thúy học trường cấp III, nhà ở mãi trong con hẻm bên kia đường, ở đây ai cũng biết. Chị hiền hậu, vui tính lắm. Nhà nghèo, học buổi chiều thì buổi sáng chị gánh chè ra đây bán. Gần trưa, mẹ chị mới ra thay cho chị về đi học. Ngày nào cũng thế, gia đình chị kiếm sống nhờ vào gánh chè nhỏ nhoi này. Ai có ngờ hôm nay lại rủi ro đến thế.

Quỳnh kéo An lại chỗ gốc bàng nói nhỏ:

- Tội nghiệp quá. Nhà chị Thúy nghèo lắm! Gặp rủi như vậy là đi luôn cả vốn liếng gánh chè rồi. Phải chi có cách gì giúp chị ấy được nhỉ.

An ngẫm nghĩ rồi đáp:

- Có chứ, bọn mình có cách giúp được chị ấy đấy.

Rồi An nắm tay kéo bạn vào sân trường, chạy tìm các bạn cùng lớp. An kể lại chuyện chị Thúy bị đổ mất nồi chè. Các bạn lắng nghe và xôn xao bàn tán. Ai cũng thấy tội nghiệp cho chị hàng chè quen thuộc, dễ mến. Giọng An bỗng trở nên đĩnh đạc:

- Các bạn ạ! Chị Thúy bị đổ nồi chè là hết cả vốn liếng rồi. Nhà chị ấy nghèo lắm. Nếu các bạn đồng ý, chúng ta sẽ cùng nhau góp tiền vào. Xem như hôm nay bọn mình vẫn ăn của chị ấy mỗi đứa một ly chè. Chị ấy sẽ lại có tiền để đi bán nữa ...

An chưa dứt lời thì cả bọn đã nhao nhao lên hưởng ứng. Ai ai cũng tranh nhau góp tiền vào. Quỳnh và An vui vẻ vuốt phẳng từng tờ giấy bạc đủ loại, xếp lại thành tập rồi vội vã chạy ra cổng trường, đến chỗ chị Thúy. Đám đông hiếu kỳ đã tản đi hết, chỉ còn mỗi mình chị đang ngồi khóc thút thít dưới gốc bàng, quang gánh xếp bên cạnh. Quỳnh lại gần bên chị thỏ thẻ:

- Chị Thúy ạ! Chúng em vừa kể cho các bạn trong lớp nghe chuyện rủi ro của chị ...

Rồi Quỳnh rút tập giấy bạc trong cặp ra, đặt lên cái mâm trống mọi khi chị vẫn dùng để bày ly tách. Chị Thúy đã ngưng khóc, ngẩng nhìn hai bạn nhỏ, rồi nhìn xấp tiền giấy, ngạc nhiên không hiểu:

- Em vừa nói gì vậy?... Ở đâu các em lại có nhiều tiền thế này?...

Quỳnh lúng túng. An vội đỡ lời bạn:

- Các bạn lớp em gởi biếu chị, bù vào chỗ bị thiệt mất của chị hôm nay...

Chị Thúy xem chừng vẫn còn tần ngần, chưa hiểu. An lại nói thêm:

- Chị bị mất cả nồi chè, chúng em biết chị buồn lắm. Chúng em đã bàn nhau, góp số tiền này giúp chị. Xin chị xem như chúng em vẫn ăn chè của chị như mọi hôm thôi...

Chị Thúy giờ mới hiểu ra, nắm lấy bàn tay nhỏ nhắn của An

rồi òa lên khóc vì cảm động. Tiếng trống vào lớp chợt vang lên. An hấp tấp gỡ tay chị:

- Thôi, bọn em phải vào lớp đây, trễ giờ rồi đó ...

Cả hai ù chạy vào sân trường. Thúy nhìn theo mắt còn đẫm lệ, chợt nhớ mình chưa nói được một lời cảm ơn những người bạn nhỏ ...

*

Quỳnh và An vào lớp trễ. Cô giáo nghiêm khắc nhìn hai em:

- Hôm nay các em lại ham chơi nên đến lớp trễ phải không?

Cả hai cùng khoanh tay, ấp úng, không bạn nào dám nói. Cả lớp nhao nhao lên:

- Thưa cô, không phải đâu! Hai bạn ấy phải mang tiền giúp chị bán chè đấy ạ...

Cô giáo ngạc nhiên, không hiểu gì cả. Bạn Hà lớp trưởng liền đứng dậy kể cho cô nghe mọi chuyện. Cô giáo cảm động, xoa đầu Quỳnh và An, cho hai em về chỗ rồi nói với cả lớp:

- Các em ngoan lắm. Biết thương người gặp nạn, biết tìm cách giúp đỡ, chia sớt như vậy là rất tốt. Các em mở tập chép bài mới.

Nét phấn của cô vạch những chữ thật xinh trên bảng. "Thương người như thể thương thân..." Tiếng sột soạt của tập vở mở ra nghe thật vui tai. Cả lớp đều hớn hở vì đã cùng nhau làm đúng lời cô dạy. Ai cũng nghĩ rằng ly chè hôm nay mới thật sự ngọt ngào hơn cả bao nhiêu ngày trước...

Nguyên Minh - 1997

Phụ lục 2

Cuộc sống năm 2070

Hiện, chúng tôi sống vào năm 2070. Tôi vừa mừng sinh nhật lần thứ 50, thế mà trông như ông cụ 85 tuổi. Tôi bị đau thận rất nặng vì uống quá ít nước. Tôi nghĩ mình sẽ không còn sống được bao lâu nữa. Hiện giờ tôi đã là người lớn tuổi nhất ở đây.

Tôi vẫn còn nhớ về khoảng thời gian khi mới lên 5 tuổi, mọi thứ đều rất khác với hiện nay. Lúc ấy có nhiều cây trong công viên, nhiều căn nhà trong những khu vườn tuyệt đẹp và tôi có thể tắm thật lâu dưới vòi sen cả giờ đồng hồ. Vậy mà giờ đây, chúng tôi chỉ có thể vệ sinh thân thể bằng những chiếc khăn ẩm thấm dầu khoáng dùng một lần rồi bỏ.

Trước đây phụ nữ thường tự hào về mái tóc mềm mại và suôn thẳng của mình. Thế mà bây giờ, mọi cô gái đều phải cạo trọc đầu để giữ vệ sinh khi không còn nước gội rửa. Trước đây cha tôi từng xịt rửa xe hơi bằng những luồng nước ào ạt tuôn ra từ chiếc ống dẫn, nay thì lũ con của tôi khó mà tin nổi rằng có một thời người ta đã dùng nước vào những việc kinh khủng như thế.

Thời ấy, tôi còn nhớ nhiều nơi đã treo tấm bảng cảnh cáo: "Đừng lãng phí nước". Nhưng chẳng ai để ý cả. Mọi người cứ nghĩ rằng nước không bao giờ cạn. Bây giờ phần lớn các con sông, đầm lầy, suối nước, cũng như nguồn nước ngầm đều bị ô nhiễm không thể hồi phục. Số còn lại khô cạn hoàn toàn.

Khu vực xung quanh nơi chúng tôi ở đã biến thành sa mạc nóng bỏng bát ngát. Các bệnh viêm nhiễm đường tiêu hóa, ung thư da và chứng rối loạn đường tiểu đang trở thành nguyên nhân chính gây chết người.

Nhiều khu công nghiệp bị tê liệt và tỷ lệ mất việc tăng cao chưa từng có. Trong khi đó, các nhà máy lọc nước muối lại trở thành nơi làm việc chính của mọi người. Thay vì trả lương bằng tiền, họ đã dùng nước để thay thế. Điều đáng sợ nhất là có rất nhiều trường hợp bị giết để cướp nước uống nơi các con đường vắng vẻ ở ngoại ô thành phố. Tất cả thức ăn mà chúng tôi dùng hàng ngày đều được tổng hợp bằng hóa chất.

Trước đây các bác sĩ thường khuyên người lớn nên uống tám ly nước mỗi ngày. Giờ tôi chỉ được phép uống nửa ly thôi. Vì không thể giặt quần áo được chúng tôi đã vứt chúng sau vài lần mặc và như thế làm tăng nhanh chóng số lượng rác thải ra môi trường bên ngoài. Chúng tôi phải sử dụng lại loại hố xí tự hoại như người ta đã dùng thời Trung cổ, chỉ đơn giản vì hệ thống xử lý chất thải không thể hoạt động được do thiếu nước.

Mọi người trông như những bóng ma: thân thể họ lờ đờ vì yếu đuối, nứt nẻ vì thiếu nước trầm trọng và bị lở loét vì ung thư da do bầu khí quyển không còn khả năng ngăn chặn tia tử ngoại khi tầng ozone bị phá hủy.

Vì lớp da bị khô nứt, con gái tôi mới 20 tuổi đã trông giống như một bà già 40 tuổi. Các nhà khoa học đã tìm mọi cách để nghiên cứu và khám phá nhưng vẫn chưa đạt được bất cứ kết quả khả quan nào. Chúng tôi không thể chế tạo ra nước. Hiện tượng cây cỏ chết khô làm giảm lượng oxy trong không khí, khiến chỉ số thông minh của các thế hệ loài người sinh ra kế tiếp bị suy sụp nhanh chóng. Cấu trúc tinh trùng của nhiều người đàn ông bị biến thể... gây nhiều hiện tượng khiếm khuyết, đột biến và dị tật ở trẻ sơ sinh.

Các Chính phủ thậm chí còn đánh thuế trên mỗi hơi thở của công dân mình: người lớn chúng tôi chỉ được phép thở 137 m3 không khí cho một ngày (nghĩa là gần bằng 31.102 gallon không khí). Những người nào không thể đóng thuế sẽ bị trục xuất ra khỏi khu vực "thoáng khí", nơi có không khí dễ thở được cung cấp nhờ những lá phổi máy nhân tạo khổng lồ chạy bằng năng lượng mặt trời. Tuy vậy, lượng không khí ở những "khu vực thoáng khí" cũng chẳng trong lành gì, nhưng ít nhất là chúng tôi vẫn còn có thể hít vào thở ra được. Giờ đây, tuổi thọ bình quân của con người là 35 tuổi.

Một số quốc gia còn bảo tồn và lưu giữ được một ít các hòn đảo có cây xanh và suối nước ở trên đó. Và họ bảo vệ khu vực này rất chặt chẽ với lực lượng quân đội trang bị hùng hậu. Nước trở thành một thứ hàng xa xỉ khó kiếm được, quý hơn cả kho báu và nhiều khi có giá cao hơn cả vàng hoặc kim cương.

Dĩ nhiên với một tình trạng như thế, hầu hết cây cối đều chết khô vì thiếu mưa. Và cứ mỗi lần trời mưa thì nước mưa có chứa hàm lượng axít rất cao gây gỉ sét và tàn phá nhà cửa của chúng tôi. Chúng tôi không còn phân biệt được mùa hè với mùa đông. Những dấu hiệu biến đổi khí hậu do hiệu ứng nhà kính và các hoạt động làm ô nhiễm môi trường của con người mà trong thế kỷ 20 chúng tôi đã từng phớt lờ, giờ đây ngày càng nghiêm trọng. Chúng tôi đã được cảnh báo về việc phải bảo vệ môi trường, thế mà chẳng ai chịu khó lắng nghe.

Khi con gái tôi nằng nặc đòi bố kể chuyện về thời còn bé thơ của bố nó, tôi đã mô tả cho cháu nghe về vẻ đẹp của những khu rừng. Tôi mơ màng kể về những cơn mưa đầu mùa ướt đẫm, về những bông hoa nở rộ, về cảm giác dễ chịu khi được tắm mát, về những con cá quẫy nước dưới dòng sông, về những vùng hồ bát ngát xanh trong, và về cái thời mà tôi có thể uống bao nhiêu nước tùy thích. Tôi kể cháu nghe con người lúc ấy thật khỏe mạnh biết bao. Con bé chợt gọi làm tôi tỉnh giấc mơ: "Bố ơi! Sao chúng ta không còn nước nữa?"

Tôi chợt cảm thấy cổ họng khô khốc... Tôi chẳng còn gì để biện minh cho mặc cảm tội lỗi của mình vì tôi thuộc về một thế hệ đã hoàn thành công việc hủy hoại môi trường của chúng tôi, chỉ vì xem thường các cảnh báo ấy... Rất nhiều người đã có thái độ như thế!

Tôi thuộc về thế hệ loài người cuối cùng đã có thể cứu vớt hành tinh này, nhưng đã chọn cách thờ ơ và không hành động. Giờ đây, con cái chúng tôi phải trả giá quá đắt. Thành thật mà nói, tôi nhận ra rằng không bao lâu nữa trái đất sẽ không còn là nơi thích hợp cho bất cứ sự sống nào nữa. Đó là vì những tác động hủy hoại môi trường của con người đã vượt quá mức không thể cứu vãn. Ôi! Tôi ước gì có thể quay trở lại quá khứ và giúp nhân loại hiểu được điều này... khi mà người ta vẫn còn kịp làm một điều gì đó để cứu lấy hành tinh này."

Hãy gửi lá thư này cho tất cả mọi người bạn gặp, và hãy bắt tay vào việc cảnh báo, dù là nhỏ bé, về một ý thức toàn cầu bảo vệ nguồn nước sạch. Đây không phải là một trò đùa mà đó đã là định mệnh của chúng ta. Hãy làm vì con cái bạn dù bây giờ bạn chưa có con, thì sau này bạn sẽ có... Đừng để lại di sản là một hỏa ngục... Hãy để lại sự sống cho các cháu.

Trích từ lá thư "Life in the year 2070"
(Cuộc sống năm 2070) của Cựu Tổng thống Ấn Độ
Tiến sĩ A. P. J. Abdul Kalam
(Nguồn: www.vnExpress.net
Chuyên mục Khoa học - Bảo vệ môi trường)

MỤC LỤC

Lời thưa

Trong kinh Pháp Cú, đức Phật dạy rằng: "Pháp thí thắng mọi thí." Thực hành Pháp thí là chia sẻ, truyền rộng lời Phật dạy đến với mọi người. Mỗi người Phật tử đều có thể tùy theo khả năng để thực hành Pháp thí bằng những cách thức như sau:

1. Cố gắng học hiểu và thực hành những lời Phật dạy. Tự mình học hiểu càng sâu rộng thì việc chia sẻ, bố thí Pháp càng có hiệu quả lớn lao hơn. Nên nhớ rằng **việc đọc sách còn quan trọng hơn cả việc mua sách**.

2. Phải trân quý kinh điển, sách vở in ấn lời Phật dạy. Khi có điều kiện thì mua, thỉnh về nhà để tự mình và người trong gia đình đều có điều kiện học hỏi làm theo. Không nên giữ làm của riêng mà phải sẵn lòng chia sẻ, truyền rộng, khuyến khích nhiều người khác cùng đọc và học theo. Không nên để kinh sách nằm yên đóng bụi trên kệ sách, vì **kinh sách không có người đọc thì không thể mang lại lợi ích**.

3. Tùy theo khả năng mà đóng góp tài vật, công sức để hỗ trợ cho những người làm công việc biên soạn, dịch thuật, in ấn, lưu hành kinh sách, **để ngày càng có thêm nhiều kinh sách quý được in ấn, lưu hành**.

Thông thường, việc chi tiêu một số tiền nhỏ không thể mang lại lợi ích lớn, nhưng nếu sử dụng vào việc giúp lưu hành kinh sách thì lợi ích sẽ lớn lao không thể suy lường. Đó là vì đã giúp cho nhiều người có thể hiểu và làm theo lời Phật dạy. Mong sao quý Phật tử khắp nơi đều lưu tâm đóng góp sức mình vào những việc như trên.

TINH YẾU THỰC HÀNH PHÁP THÍ

- *Mua thỉnh kinh sách về đọc, tự mình sẽ được rất nhiều lợi ích.*
- *Chia sẻ, truyền rộng bằng cách cho mượn, biếu tặng kinh sách đến nhiều người thì lợi ích ấy càng tăng thêm gấp nhiều lần.*
- *Đóng góp công sức, tài vật để hỗ trợ công việc biên soạn, dịch thuật, giảng giải, in ấn, lưu hành kinh sách thì công đức lớn lao không thể suy lường, vì có vô số người sẽ được lợi ích từ việc lưu hành kinh sách.*

www.ingramcontent.com/pod-product-compliance
Lightning Source LLC
LaVergne TN
LVHW040440051026
849517LV00002B/691
* 9 7 9 8 2 1 5 4 0 1 3 8 5 *